எம். ஜி. சுரேஷ் கடந்த இருபத்தைந்து ஆண்டுகளுக்கும் மேலாக சிறுகதை, நாவல், கட்டுரை, விமர்சனம் போன்ற தளங்களில் பின்நவீன எழுத்து, புதியவகை எழுத்து என இயங்கினார். மூன்று சிறுகதைத் தொகுதிகள், ஏழு நாவல்கள், இரண்டு கட்டுரைத் தொகுதிகள், ஒரு திறனாய்வு நூல், ஐந்து பின்நவீன அறிமுக நூல்கள் வெளிவந்திருக்கின்றன. இதன் மூலம் இவருடைய செயல்பாடுகள் தமிழ்ச் சூழலில் முக்கிய கவனத்தைப் பெற்றன. *அட்லாண்டிஸ் மனிதன்* மற்றும் *சிலருடன், அலெக்ஸாண்டரும் ஒரு கோப்பைத் தேநீரும்* உள்பட இவருடைய நாவல்கள் அனைத்தும் பல கல்லூரிகளில் பாடத் திட்டத்தில் இடம்பெற்றுள்ளன; முனைவர் பட்டத்திற்காக ஆய்வும் செய்யப்படுகின்றன. *பன்முகம்* என்னும் காலாண்டு இதழின் ஆசிரியராக இருந்தார். 2017 அக்டோபர் 2 அன்று சிங்கப்பூரில் காலமானார்.

அனைத்துக் கோட்பாடுகளும் அனுமானங்களே

பின்நவீனத்துவ நோக்கில் ஒரு சுருக்கமான தத்துவ வரலாறு

எம். ஜி. சுரேஷ்

அடையாளம்

முதல் பதிப்பு 2022

© ஹன்னா நிர்மலா சுரேஷ்

வெளியீடு: அடையாளம், 1205/1 கருப்பூர் சாலை, புத்தாநத்தம் 621310, திருச்சி மாவட்டம், இந்தியா, தொலைபேசி: 04332 273444

நூல் வடிவம்: த பாபிரஸ், அச்சாக்கம்: அடையாளம் பிரஸ், இந்தியா

ISBN 978 81 7720 346 2

விலை: ₹ 100

Anaithu Kotpaatukalum Anumaanangale is an Introduction to History of Philosophy in Tamil by M.G. Suresh, Published by Adaiyaalam, 1205/1 Karupur Road, Puthanatham 621310, Thiruchirappalli District, Tamilnadu, India, email: info@adaiyaalam.net

நவீனக்
கோட்பாடுகளை
தமிழில்
அறிமுகம் செய்த
பெருந்தகைகளுக்கு

அறிமுகம்

பக்தவத்சல பாரதி
புதுச்சேரி மொழியியல் பண்பாட்டு ஆராய்ச்சி நிறுவனம்

இந்த உலகம் படிமலர்ச்சியால் (*எவொலுஷன்*) ஆனது. அதில் விலங்கினப் படிமலர்ச்சி அமீபாவில் தொடங்கி நவீன மனிதன் வரை வந்தடைந்தது. அதுபோலவே மானுட அறிவுமுறையும் படிமலர்ச்சியால் உருவாகி வந்துள்ளது. இந்த அறிவாராய்ச்சி அலாதியானது. மனித மனம் முதலில் சமயத்தின்பால் கட்டுண்டு இருந்தது. அது பின்னர் தத்துவமாக விரிந்தது. இறுதியில் அது அறிவியலாக மாறியது. இந்த முப்பெரும் படிநிலைகளில் உருமாற்றமடைந்த அறிவுமுறையை உலகளாவிய நிலையில் பல்வேறு அறிஞர்கள் வெவ்வேறு நிலைகளில் விளக்கியுள்ளனர்.

தமிழ்ச் சூழலில் இத்தகைய அறிவாராய்ச்சி பற்றிய சொல்லாடல் குறைவு. தமிழ்ச் சிந்தனை முறை, தமிழர் அறிவுமுறை ஆகியன நீண்ட நெடிய மரபாக வந்துகொண்டிருந்தாலும் அவை பற்றிய அறிவாராய்ச்சியியல் உருவாக்கப்படவில்லை; உலகளாவிய தளத்தில் வைத்துப் பேசப்படவில்லை. அத்தகு முயற்சியில் நாம் ஈடுபட வேண்டும். அதன் ஒரு பகுதிதான் இந்த நூல். இந்த நூலாசிரியர் எம். ஜி. சுரேஷ் தமிழ்ச் சூழலில் பல்வேறு தளங்களில் பங்காற்றியிருப்பவர். கோட்பாடுகள், பின்நவீன எழுத்து, புதிய வகை எழுத்துகள், விமர்சனம், கட்டுரை, படைப்புகள் என இவருடைய பங்களிப்புகள் விரிந்துள்ளன. குறிப்பாகக் கோட்பாடு களில் தெளிவும் ஆழமும் கொண்டவர். *இலங்கள் ஆயிரம்* என்னும்

இவருடைய முந்தைய நூல் எண்ணற்ற கோட்பாடுகளைப் பேசுகிறது. இப்போது அனைத்துக் கோட்பாடுகளும் அனுமானங்களே எனும் நூலை நம்வசப்படுத்தியிருக்கிறார். அவருடைய இறப்புக்குப் பின்னர் இந்த நூல் வெளியாகிறது.

தமிழ்ச் சூழலில் கோட்பாடுகள் பற்றிய அறிமுகம் நன்கு வேரூன்றி வளர்ந்திருக்கிறது. தமிழ் மரபுக் கோட்பாடுகளும், அயல்புலக் கோட்பாடுகளும் நமது பார்வையைக் கூர்மைப்படுத்தி விசாலமாக்கியுள்ளன. இந்தப் பின்னணியில் அனைத்துக் கோட்பாடுகளும் அனுமானங்களே என்பதை அணுகுவதில் சிரமம் ஏதும் இல்லை. இன்னும் சொல்லப்போனால், கோட்பாடுகளையே ஆய்வு செய்யும் முயற்சி இதுவெனலாம். கோட்பாடுகளைத் தீவிர விசாரணைக்குட்படுத்தி விமர்சிக்கும் முயற்சியாக இதைக் கருதலாம். இத்தகைய முன்னெடுப்பை வரவேற்க வேண்டும். இந்த நூலுக்கு நூலாசிரியர் எம்.ஜி. சுரேஷ் அவர்களே ஒரு நல்ல அறிமுகத்தை எழுதத் திட்டமிட்டிருந்தார். அவருடைய அகால மரணத்தால் அது வாய்க்கவில்லை.

***

அறிவாராய்ச்சியின் விளைவுகளே கருதுகோள்கள், அனுமானங்கள், கோட்பாடுகள் ஆகிய மூன்றுமாகும். மனிதர்கள் தங்கள் அறிவை எங்கிருந்து எப்படிப் பெறுகிறார்கள்? முதலில் 'காட்சியறிவை' உருவாக்குகிறான். ஐம்புலன்களால் நுகர்ந்து அறிவது காட்சி அறிவாகும். இது அறிவின் முற்பகுதி மட்டுமே. காட்சி அறிவோடு மனித மனம் அமைதியடைவதில்லை. காட்சிகளுக்குப் பின்னால் சென்று அவற்றிற்கான காரண காரியம், விளைவு ஆகியவற்றை மனித மனம் ஆராய்கிறது. தன் சிந்தனைத் திறத்தால் அனுமானிக்க முயலுகிறது. இந்த அனுமானமே 'சிந்தனை அறிவாக' உருவாகிறது. இந்தச் சிந்தனையால் அனுமானித்து அறியும் அறிவு இரண்டாம் பகுதியாக அமைகிறது. அறிவு முறையில் காட்சியறிவு ஒரு சிறு பகுதியாக அமைய, சிந்தனையறிவு பெரும் பகுதியாக அமைகிறது. காட்சியறிவு முதற்படி என்றால் சிந்தனையறிவு இறுதிப்படி எனலாம். காட்சியால் கண்ட ஒன்றிலிருந்து காணாத ஒன்றைத் தேடுவது அனுமானம். அனுமானங்களை உருவாக்கிக் கொண்ட பின்னர் கோட்பாட்டிற்கு நகர வேண்டும்.

புதியனவற்றைக் காண்பதும், கண்டறிந்த உண்மையைப் பிறர் ஏற்கும் வகையில் மெய்ப்பிப்பதும் கோட்பாடு ஆகும். ஆக, அனுமானங்களை உருவாக்குவதும், அவற்றிலிருந்து கோட்பாடு களை உருவாக்குவதும் நிகழ்கின்றன. இந்தத் தொடர் செயல் பாட்டில் இரண்டு முதன்மையான தேடுதல் நிகழ்கின்றன. அவை: 1. தொகுப்பியல் முறை (இண்டக்டிவ் மெதட்) 2. பகுப்பியல் முறை (டிடக்டிவ் மெதட்).

ஐம்புலன்களால் நுகரும் அனுபவங்கள் பலவற்றையும் தொகுத்து ஆராயும்போது புதிய அனுமானங்கள் கிடைக்கின்றன. கால, இடவரையறைகளுக்கு உட்பட்டு அனுபவங்கள் நிகழ் கின்றன. கயிறைப் பாம்பெனக் காண்பதும், கானல் நீரை ஆற்றுநீர் எனக் காண்பதும் பிழையானவை. காட்சிகள் வழி அமைகின்ற அனுபவங்கள் சில வேளைகளில் உண்மையாகாது. அதனால் தொகுப்பளவை முறை நூற்றுக்கு நூறு நம்பகமானதாக அமையாது. இதற்கு மாறாக பகுப்பளவை முறை நம்பகத்தன்மையானது. பகுப்பியல் முறையில் சிந்தனைத் திறனே அடிப்படையாக அமைகிறது. ஐம்புல அனுபவமே முதலும் முடிவும் எனக் கருதுபவர்கள் உள்ளனர். இவர்கள் 'அனுபவவாதிகள்' (எம்பிரிசிஸ்ட்ஸ்) எனப்படுவர். ஒரு கருத்து உண்மையா, பொய்யா எனத் தீர்மானிக்க சிந்தனையைத்தான் நாடவேண்டும் என வாதிப்பவர்கள் உள்ளனர். இவர்கள் 'பகுத்தறிவியவாதிகள்' (டிடக்டிவிஸ்ட்ஸ்) எனப் படுகின்றனர்.

ஆய்வுகளுக்கான தரவுகளையும் சான்றுகளையும் தேடித் தொகுத்து அவற்றை வகைப்படுத்தி ஆராய்வது ஆய்வின் படிநிலைகள். இதன் இறுதிநிலையே பொருள் விளக்கம் காணுதலும், முடிவுகள் காணுதலுமாகும். இதில் சான்றாதாரங்களைத் தொகுத்து ஆராய்வது ஒரு நிலையிலும் (இண்டக்டிவ் மெதட்) பகுத்து ஆராய்வது இன்னொரு நிலையிலும் (டிடக்டிவ் மெதட்) மேற்கொள்ளப்படுகின்றன. தீவிரமான ஆய்வில் இந்த இரண்டு முறைகளும் ஒன்றுக்கொன்று இட்டு நிரப்பும்முறைகளாகவே பயன்படுத்த வேண்டும். ஒன்று மற்றொன்றிலிருந்து விலகியது என்று எண்ண முடியாது. தொகுப்பறிவு இல்லாமல் பகுப்பறிவை எட்ட முடியாது.

மனிதன் அடிப்படையில் தேடல் பண்பு கொண்டவன். தேடலின் மூலம் புதிய புரிதல் அவனுக்குக் கிடைக்கிறது. அதுவே அறிவு. அறிவுமுறை தோன்றி வளர்ந்த வரலாறு ஒரு பெரிய வரலாறாகும். இதில் கிரேக்க சிந்தனை மரபு பெரிதும் போற்றப்படுகிறது. அதற்கு இணையான மரபு தமிழிலும் உண்டு என்பதை உலகறியச் செய்யாமல் விட்டுவிட்டோம்.

சுமார் இரண்டாயிரத்து ஐந்நூறு ஆண்டுகளுக்கு முன்பு கிரேக்கத்தில் இரண்டு வகையான அறிவு முறைகள் இருந்தன. 'பிரபஞ்சத்தில் எதுவும் மாறாது. நனது புலனறிவு நம்பத்தக்கது அல்ல' என்று சிந்தனையாளர் பர்மினைடிஸ் சொன்னார். இதற்கு மாறாக, 'பிரபஞ்சத்தில் எல்லாம் மாறுதலுக்கு உட்பட்டதே. மாறாதது என்று எதுவும் இல்லை. நமது புலனறிவு நம்பத்தக்கதே' என்று இன்னொரு சிந்தனையாளர் ஹெராக்ளிடஸ் சொன்னார்.

இந்தியாவிலும் கடந்த இரண்டாயிரம் ஆண்டுகாலமாக இரண்டு எதிரெதிர் அறிவு நிலைகள் வேரூன்றியுள்ளன. ஒன்று வைதிகம். இன்னொன்று அவைதிகம். பரம்பொருளோடு சுயத்தைப் (தன்னை) பொருத்திக்கொள்வது வைதிகம் (*தத்வமசி*). சுயத்தை மறுத்து மற்றதை (*அதர்*) உயர்த்திப் பிடிப்பது அவைதிகம். இந்த இரண்டு அறிவு நிலைகள் தத்துவங்களாகவும் கோட்பாடு களாகவும் நிலைபெற்றுள்ளன.

தத்துவங்கள் காலங்களைக் கடந்து நிலைபெற்றுள்ளன. இதற்கு மதங்கள் அடிப்படையாகும். ஆனாலும் அறிவியல் பெரும் உடைப்பைச் செய்துள்ளது. பண்டைக் காலத்தில் 'பூமி தட்டையானது, சூரியனே பூமியைச் சுற்றிவருகிறது' போன்ற கோட்பாடுகள் மக்களிடம் பரப்பப்பட்டன. ஒரு குறிப்பிட்ட காலத்தில் ஒரு குறிப்பிட்ட சமூகம் நம்புவதற்கேற்ப விநியோகிக்கப் படும் 'உண்மைகள்' கோட்பாடுகளாக உலா வருகின்றன.

அறிவியல் கண்டுபிடிப்புகள் ஒவ்வொன்றாக வெளிவந்தபோது பழைய கோட்பாடுகள் ஆட்டம் கண்டன. புதிய கோட்பாடுகள் கால்கொண்டன. சுமேரியர் காலத்திலிருந்து ரோமாபுரியின் வீழ்ச்சி வரையுள்ள காலம் 'தொன்மை யுகம்' எனப்படுகிறது. இந்தக் காலகட்டத்தில் இரண்டு வகையான கோட்பாடுகள் செல்வாக்கு செலுத்தின. தேல்ஸ், அனெக்சிமாண்டர், எபிகூரஸ்,

டெமாக்ரடிஸ் போன்றோர் பொருள்முதல்வாதத்தை முன் வைத்தனர். சாக்ரடீஸ், பிளேட்டோ ஆகியோர் கருத்துமுதல் வாதத்தை முன்வைத்தனர். இவற்றை எல்லாம் கவனத்தில் வைத்தே ‘இதுவரையிலான கோட்பாடுகள் எல்லாமும் வர்க்கப் போராட்டத்தின் விளைவுகளே’ என்று மார்க்சியவாதிகள் வாதிடுவார்கள்.

தொன்மை யுகத்திற்குப் பிறகு இடைக்காலம் (மத்திய யுகம்/ காலம்) ஏற்பட்டது. கிபி 5ஆம் நூற்றாண்டு முதல் கிபி 14ஆம் நூற்றாண்டுவரை இந்தக் காலம் கோலோச்சியது. இந்த யுகம் ‘மதத்தின் வேலைக்காரி’ என்று வர்ணிக்கப்படுகிறது. ஏனெனில் இந்தக் காலம் மதவாதிகளின் கையில் இருந்தது. மத்திய காலத்தில் தான் கிறித்தவம் முழுவீச்சுடன் வளர்ந்தது. அப்போது பண்டைய கிரேக்கத் தத்துவங்களுக்குத் தடை விதிக்கப்பட்டது. ஏதென்ஸ் நகரில் பிளேட்டோவின் அகாடமி இழுத்து மூடப்பட்டது.

இடைக்கால யுகத்தைத் தொடர்ந்து ஏற்பட்ட காலகட்டம் ‘மறுமலர்ச்சிக் காலம்.’ இந்த யுகத்தில் மனிதகுலம் பற்றிய புதிய பார்வைகளும் தேடல்களும் தோன்றின. இதனையடுத்து, ‘அறிவொளிக் காலம்’ ஏற்பட்டது. இவ்வாறாக வரலாறு நெடுக உலகம் பற்றியும், மானுட வாழ்வு பற்றியும் புதிய புதிய கோட்பாடுகள் தோன்றிக்கொண்டே இருந்தன.

1966 மானுட அறிவாராய்ச்சியில் ஒரு புதிய கோட்பாடு உருவாக்கப்பட்டது. பிரெஞ்சு அறிஞர் ழாக் தெரிதா உருவாக்கிய அந்தக் கோட்பாடு கட்டுடைப்புவாதம் (டிகன்ஸ்ட்ரக்சன்) எனப் பட்டது. இதன் தொடர்ச்சியாகவே பின்நவீனத்துவம் உள்ளிட்ட கோட்பாடுகள் முன்வைக்கப்பட்டன. இன்றுள்ள எல்லாக் கோட்பாடுகளையும் சந்தேகிக்க வேண்டும், மறுதலிக்க வேண்டும் என்கிற கோட்பாடு அது. கோட்பாடுகளை நம்பி நடைமுறை அறிவைக் கைவிட்ட ஆபத்தைப் ‘பிந்தைக் கோட்பாடுகள்’ (பின் நவீனத்துவம், பின்அமைப்பியம், பின்காலனியம், இன்ன பிற) சுட்டிக்காட்டுகின்றன.

இந்தக் கோட்பாடுகளின் வரலாற்றை ஆராய்வதே அறிவாராய்ச்சி யியல். ஒரு கட்டத்தில் உருவாக்கப்பட்ட கோட்பாடு அதன் போதாமையால் வலுவிழந்து, புதிய கோட்பாடு உருவாக

வழிவிட்டுள்ளது. அந்தக் கட்டத்தில் அந்தக் கோட்பாடு அனுமான மாகச் சுருங்கிவிடுகிறது. அனுமானத்திலிருந்தே கோட்பாடு உருவாக்கம் பெறுகிறது. அந்தக் கோட்பாடு புதிய கோட்பாட்டால் செல்வாக்கு இழக்கும்போது அது மீண்டும் அனுமானமாகவே மாறிவிடுகிறது.

மனித குலத்தில் தோன்றிய மிக முக்கியமான கோட்பாடுகளின் தோற்றம், வளர்ச்சி, தேய்மானம் முதலானவற்றை எம். ஜி. சுரேஷ் இந்த நூலில் மிகவும் நுணுக்கமாகக் காட்சிப்படுத்துகிறார். தெளிவும் ஆழமும்கொண்ட புரிதலை இந்த நூல் நமக்கு வசப் படுத்துகிறது. நூலாசிரியர் கோட்பாடுகளோடும் விமர்சனங் களோடும் நீண்ட காலம் பயணித்ததால் இந்த நூலைத் தமிழில் படைத்திருக்கிறார். சிந்தனைகளின் சிந்தனையாக இந்த நூல் நமக்குக் கிடைத்திருக்கிறது.

தமிழ்ச் சிந்தனை மரபை ஆய்வு செய்வது அறிவாராய்ச்சியியல் என்றால், அறிவாராய்ச்சியாக எழுதப்பட்டவற்றை ஆய்வது அறிவாராய்ச்செழுதியல் எனலாம். இத்தகு முயற்சியில் ஈடுபடும் போது உலகளாவிய நிலையில் இந்த எழுதியல் எவ்வாறுள்ளது என்பதை அறிய வேண்டும். அத்தகு முயற்சியே இந்த நூல். கோட்பாடுகளை யோசித்தால் அனுமானங்களை எண்ணாமல் இருக்க முடியாது என்பதை எம். ஜி. சுரேஷ் மிகவும் துல்லியமாக இந்த நூலில் பேசியிருக்கிறார். கோட்பாடுகளின் அடித்தளமே அனுமானங்கள்தாம் என்பதையும் அழுத்தம் திருத்தமாகப் புரிய வைக்கிறார். தமிழ் அறிவுச் சூழலில் ஒரு புலமைத்துவ விளைவை இந்த நூல் ஏற்படுத்தும். தமிழ் அறிவு மரபை உலகளாவிய தளத்தில் நின்று பேசுவதற்கு இந்த நூல் ஒரு புதிய வெளிச்சத்தைக் காட்டும். இதன் வகைமையில் இதுவே முதல் நூல். தமிழர் அறிவு மரபில் கோட்பாடுகள் மறைந்து கிடக் கின்றன. அவற்றை இனங்கண்டு பேசுவதற்கு இத்தகைய நூல்கள் கலங்கரை விளக்காய் காட்சியளிக்கும்.

அனைத்துக் கோட்பாடுகளும் அனுமானங்களே

1

நமது யுகம் உண்மைகளைத் தொலைத்த யுகம். நாம் நகல்களின் நடுவே வாழ்கிறோம். கடவுளின் நகல்; உண்மையின் நகல்; காதலின் நகல் என்று எல்லாமே நகல்களாக இருக்கின்றன.

இதற்கு முந்தைய காலங்களில் எல்லாம் மனிதன் இரண்டு விதமான உற்பத்தியை மேற்கொண்டான். ஒன்று பொருள் உற்பத்தி; இன்னொன்று மறுஉற்பத்தி. இன்றைக்கு நிலைமை வேறாக இருக்கிறது. தகவல் உற்பத்தியும் நகல்களின் உற்பத்தி காலமே இன்றைய முதன்மைக் கூறுகளாக இருக்கின்றன. அதேபோல் முன்பெல்லாம் 'அறிவு' என்பது கற்றல், கற்பித்தல் என்ற அளவில் இருந்தது. இன்றைக்கு அறிவு என்பது 'சரக்காக' மாறிவிட்டது. அறிவைக் கொள்முதல் செய்யலாம், விற்கலாம். அப்படியானால், இன்றைய தேதியில் அறிஞன் என்பவன் யார்? சரக்கை விற்பவன். அறிவைத் தேடுபவன்...? நுகர்வாளன். இன்றைக்கு எல்லாமே தலைகீழாக இருக்கின்றன. நமது முன்னோர்கள் பணம் சம்பாதித்து, பிறகு அதைச் சேமித்துப் பொருள்கள் வாங்கினார்கள். நாம் இன்று பிளாஸ்டிக் காலகட்டத்தில் வாழ்கிறோம். கையில் பணம் தேவையில்லை; பிளாஸ்டிக் கார்டு இருந்தால் போதும். எதையும் வாங்கலாம். வேண்டியது வேண்டாதது என்று எதை வேண்டுமானாலும் வாங்கிக் குவிக்கலாம். சேமிப்பு எதுவும் வேண்டியதில்லை. வீடு முதல் வீடு கூட்டிப் பெருக்கும் துடைப்பம் வரை சகலமும் கடனில் கிடைக்கும். கடனை ஒழுங்காகக் கட்டும் வரை பிரச்சினை இல்லை. திடீரென்று வேலை போய்விட்டாலோ வந்துகொண்டிருந்த வருமானம் நின்றுவிட்டாலோ அவ்வளவுதான். வீடு, வாகனம், குடும்பம், மானம், மரியாதை அனைத்தையும் இழக்கவேண்டியது தான். ஒருவேளை, சிறை செல்லவும் நேரலாம்.

இதுதான் இன்றைய மனிதனின் நிலை. கடந்த இரண்டாயிரம் ஆண்டுகளாகக் கட்டமைக்கப்பட்டு வந்திருக்கும் தத்துவம்,

அரசியல், மதம், கலை-இலக்கியம் சார்ந்த கோட்பாட்டுச் சட்டகங்கள் யாவும், மனிதனை இத்தகைய நிர்க்கதிக்குத்தான் ஆளாக்கி இருக்கின்றன.

அதுமட்டுமல்ல, நம்மையும் அறியாமல் நமது யுகம் பல மரணங்களைச் சந்தித்திருக்கிறது என்பதை நாம் அறிவோமா? கடவுளின் மரணம்; நாவலின் மரணம்; மனிதனின் மரணம் போன்ற பல மரணங்கள் நிகழ்ந்துவிட்டன. அது குறித்துக் கவலை எதுவும் படாமல் நாம் எல்லாம் இயல்பாக இருப்பதாக நினைத்து நடமாடிக்கொண்டிருக்கிறோம். நாம் நினைப்பது போல் எல்லாமே 'இயல்பானவை'தானா அல்லது அவ்வாறு அமைக்கப்பட்டுள்ளனவா என்று யோசிக்க வேண்டியது நமது காலத்தின் கட்டாயமாகும். தலைக்கு மேல் சதா தொங்கும் கத்தி. எந்த நேரமும் திவாலாகும் வாழ்க்கை. சாக்ரட்டீஸ் முதல் சார்த்தர் வரை, இயேசு கிறிஸ்து முதல் முஹம்மத் நபி வரை போதித்த போதனைகள் என்ன ஆயின? பிளேட்டோ முதல் கார்ல் மார்க்ஸ் வரை தொடர்ந்து உருவாக்கப்பட்டு வந்த கோட்பாடுகளின் பயன் என்னவாயிற்று? இது போன்ற கேள்விகள் நம் மனத்தை நெருடு கின்றன அல்லவா? முதலாளிய ஜனநாயகம், தேசிய விடுதலை, பாட்டாளி வர்க்க சர்வாதிகாரம், ஜனநாயக சோஷியலிசம் போன்ற எல்லா அமைப்புகளும் வெறும் கருத்துகளாக முடிந்துபோய், நடைமுறையில் தோல்வி அடைந்துவிட்டதை நாம் பார்க்கிறோம். பொன்னுலகுக்கு உத்தரவாதம் கொடுத்த சிந்தனையாளர்கள் சுவடின்றி காணாமல் போனார்கள். அவர்கள் கட்டமைத்துக் கொடுத்த கோட்பாடுகள் யாவும் எலும்புக்கூடுகளாக மியூஸியத்தில் பார்வைக்கு வைக்கப்பட்டிருக்கின்றன. இது எதனால் நேர்ந்தது?

இதற்கான பதிலை ஒற்றை வரியில் சொல்ல முடியாது. இதற்கான பதிலைக் கண்டுபிடிக்க ஒரு பகுப்பாய்வு தேவை. அந்தப் பகுப்பாய்வுக்கும் அடிப்படையாக ஒரு தொகுப்பறிவு தேவை. அப்போதுதான் இதற்கான பதில் சாத்தியம். அந்த பதிலைச் சாத்தியப்படுத்தும் ஒரு சாத்தியப்பாட்டின் பெயர்தான் பின்நவீனத்துவம். பின்நவீனத்துவம் என்பது ஒரு கோட்பாடல்ல; ஒரு சட்டகமும் அல்ல; அது ஒரு மனோபாவம். எல்லாக் கோட்பாடுகளையும் சந்தேகிக்கும் மனோபாவம். கோட்பாடு களை நம்பி நடைமுறை அறிவைக் கைவிட்ட அபத்தத்தைச்

சுட்டிக்காட்டும் மனோபாவம். அத்தகைய மனோபாவத்துடன், தொகுப்பறிவுடன் கூடிய பகுப்பாய்வை நாம் மேற்கொள்ளும் போது சில விஷயங்கள் நமக்குத் தெரிய வருகின்றன. கடந்த இரண்டாயிரம் ஆண்டுகால கலை, இலக்கிய, தத்துவ, அரசியல் வரலாற்றைப் புரட்டிப் பார்க்கும்போது ஏற்படும் அதிர்வுகள் அவை. வரலாற்றைப்பற்றி நமக்குப் புகட்டப்பட்டிருக்கும் அறிவுக்கும் நாம் எதிர்கொள்ளும் அறிவுக்கும் இடையிலான வித்தியாசங்கள் அவை.

நாம் நினைப்பதுபோல் அறிவு என்பது ஒற்றையானது அல்ல. குறைந்தது அது ஒன்றுக்கு மேற்பட்டது. ஒன்று: புகட்டப்படும் அறிவு—அதாவது, அதிகாரத்தைக் கையில் வைத்திருக்கும் அமைப்பு தனது நலன்களுக்கு ஏற்ப ஓர் அறிவைக் கட்டமைத்து, அதைச் சமூகத்தில் உலவவிடுவது. அந்த அறிவு புழக்கத்தில் இருப்பதால் அது இயல்பான அறிவாக ஏற்றுக்கொள்ளப் படுகிறது. ஜாதி, மதம், கோட்பாடுகள் போன்றவை இத்தகைய புழக்கத்தில் விடப்பட்ட அறிவுகளே. இன்னொன்று எதிர் கொள்ளும் அறிவு. இந்த அறிவு இரண்டு விதமாகச் செயல் படுகின்றது. ஒன்று: புகட்டப்படும் அறிவை 'இயல்பானதாக' நம்பி ஏற்றுக்கொள்வது; இரண்டு: அதை ஏற்க மறுப்பது. இரண்டாயிரம் ஆண்டுகால மேற்கத்திய வரலாற்றிலும் சரி, அதே கால அளவினாலான கிழக்கத்திய வரலாற்றிலும் சரி இது போன்ற அறிவுப் போக்குகள் நிலவி வந்துகொண்டிருப்பதை நாம் கவனிக்க முடியும். பண்டைய ஏதென்சில் அதிகார வர்க்கம் புழக்கத்தில் விட்ட அறிவுக்கு எதிராக, சாக்ரட்டீஸ் பரப்பிய அறிவு இருந்ததால் ஏதென்ஸ் அரசு அவரை 'ஹெம்லாக்' என்ற நஞ்சு கொடுத்துக் கொன்றது. ரோமானியர்கள் புழக்கத்தில் விட்ட அறிவுக்கு எதிரான அறிவை இயேசு கிறிஸ்து பரப்பியதால், ரோமானிய அரசு இயேசுவுக்கு மரண தண்டனை வழங்கியது. ஆக, அறிவு இரண்டு விதமான அறிவுகளாக இருந்துகொண்டிருக்கிறது. ஒன்று 'இயல்பானதாக நம்பப்படும் அறிவு.'

இன்னொன்று, அதற்கு எதிரானதாக இயங்கிக்கொண்டிருக்கும் அறிவு. அந்த எதிர் அறிவு இருப்பதையே, நம்பப்படும் அறிவால் சகித்துக்கொள்ள முடிவதில்லை. இத்தனைக்கும் சாக்ரட்டீசும், இயேசுவும் தங்களின் அதிகார அமைப்புக்கு எதிராகக் கலகம்

செய்யவில்லை; ஆயுதம் தாங்கிய போர் தொடுக்கவில்லை. பேசினார்கள். அவ்வளவுதான். பிரச்சினை என்னவென்றால் அவர்கள் பேசிய பேச்சு ஏற்கெனவே புழக்கத்தில் இருந்த அறிவுக்கு எதிராக இன்னொரு அறிவை உற்பத்தி செய்திருந்தது.

அறிவு என்றால் என்ன?

மனிதன் அடிப்படையில் தேடல் பண்புகொண்டவன். தேடலின் மூலம் அறிதல் அவனுக்கு சாத்தியப்படுகிறது. அந்த அறிதல் ஒரு புரிதலை நோக்கி அவனை நகர்த்துகிறது. அதன் பெயர் அறிவு.

நல்லது, அறிவின் தோற்றம் குறித்த வரலாறு என்று ஏதேனும் இருக்கிறதா?

நிச்சயம் இருக்கிறது.

கிரேக்கம்தான் உலகின் முதல் தொன்மைச் சமூகம். நவீன சிந்தனைகள் யாவற்றுக்கும் கிரேக்கச் சிந்தனைதான் அடிப்படையாக இருக்கிறது. எனவே, மேற்கத்திய சிந்தனை மரபு பண்டைய கிரேக்க சிந்தனையின் நீட்சியாகவே இருக்கிறது. 2500 ஆண்டு களுக்கு முன்பு கிரேக்கத்தில் இரண்டு சிந்தனையாளர்கள் இருந்தனர். ஒருவர் பர்மினைடிஸ். இன்னொருவர் ஹெராக்ளிடஸ். பர்மினைடிஸ், 'பிரபஞ்சத்தில் எதுவும் மாறாது. நமது புலனறிவு நம்பத்தக்கது அல்ல' என்றார். ஹெராக்ளிடஸ், 'பிரபஞ்சத்தில் எல்லாம் மாறுதலுக்கு உட்பட்டதே. மாறாதது என்று எதுவும் இல்லை. நமது புலனறிவு நம்பத்தக்கதே' என்று சொன்னார். இந்த இரண்டு எதிரெதிர் சிந்தனைகளிலிருந்தே பல எதிரெதிர் சிந்தனைகள்—அதாவது அறிவுகள்—தோன்றின.

இந்தியாவிலும் கடந்த இரண்டாயிரம் ஆண்டுகாலமாக எதிர் எதிரான இரண்டு அறிவுகள் நிலவி வருகின்றன. ஒன்று வைதீகம். இன்னொன்று அவைதீகம். வைதீகம் 'நீயே அது' (தத்வமசி) என்று பரம்பொருளோடு சுயத்தை (தன்னை) பொருத்திக்கொள்கிறது. அவைதீகமோ, 'சுயத்தை' மறுத்து மற்றதை (அதர்) உயர்த்திப் பிடிக்கிறது.

இந்த முரண்பட்ட அறிவுகள் தங்கள் இருத்தலை உறுதிசெய்து கொள்ளும் பொருட்டு கோட்பாடுகள் உருவாக்கப்பட்டன. ஒவ்வொரு கோட்பாட்டுக்குப் பின்னாலும் சமூகத்தின் ஒரு

பிரிவினரின் நலன் பாதுகாக்கப்பட்டு, அந்த உள்நோக்கம் வெளியில் தெரியாதவாறு அதன் மேல் லேபில்கள் ஒட்டப்பட்டன. அந்த லேபில்கள் அந்தக் கோட்பாடு 'உண்மையானது' 'இயல்பானது' 'காலங்களுக்கு அப்பாற்பட்டது' என்று பிரகடனம் செய்தன. காலங்கள் தோறும் இந்த நிலைதான் நீடித்து வந்திருக்கிறது. இதிலிருந்து தப்பியவர்கள் யாரும் இல்லை.

கடந்த ஈராயிரம் ஆண்டுகாலத்தில் ஒன்றன் பின் ஒன்றாக எழுந்து நின்ற கோட்பாடுகளையும், அவற்றின் உள்முரண்களையும், பின்நவீனத்துவம் எவ்வாறு எதிர்கொண்டது; கொட்டிக் கவிழ்த்தது என்பதை இனி காண்போம்.

2

கோட்பாடுகள் என்றால் என்ன?

ஒரு குறிப்பிட்ட காலத்தில், ஒரு குறிப்பிட்ட சமூகம் நம்புவதற்கேற்ப விநியோகிக்கப்படும் 'உண்மை'கள் கோட்பாடுகள் எனப்படும். எடுத்துக்காட்டாக, பண்டைக்காலத்தில் 'பூமி தட்டையானது' 'சூரியன்தான் பூமியைச் சுற்றி வருகிறது' போன்ற 'உண்மைகள்' மக்களிடம் விநியோகிக்கப்பட்டதைக் கூறலாம்.

இவை எங்கிருந்து வருகின்றன?

எதுவுமே திடீரென்று வந்து குதிப்பதில்லை. ஒன்றிலிருந்துதான் இன்னொன்று உருவாகிறது. விதையிலிருந்துதான் செடி உருவாகிறது. செடி மரமாகிறது. விதையும் மரமும் ஒன்றல்ல. அதே சமயம் பரிணாம வளர்ச்சியின்படி பார்த்தால் இரண்டும் ஒன்றே. இந்தப் பிரச்சினையைத்தான் பௌத்தரான நாகார்ஜுனர், 'அது அதுவாகவும் இருக்கிறது; அதுவாக இல்லாமலும் இருக்கிறது' என்றார். யோசித்துப் பார்க்கும் போது, மரம் என்பது தனித்த பொருள் அல்ல என்பது தெளிவாகிறது. ஒரு விதை மரமாக மாறுவதற்கு, வளமான மண், தண்ணீர், சூரிய வெளிச்சம் எல்லாம் தேவை. இவை எல்லாம் சேர்ந்த மொத்தமான பொருள் மரம். எனவே, மரத்தை ஒற்றையாக வெறும் மரமாக மட்டுமே பார்க்கக் கூடாது. மொத்தமாகப் பார்க்க வேண்டும் என்பது பௌத்தத்தின் கருத்து. என்னதான் மரம் மொத்தமான பொருள் என்றாலும் அதை வேர், அடிமரம், கிளைகள், இலைகள் என்று தனித்தனியாகப் பகுத்துப் பார்க்க வேண்டும் என்பது பின்நவீனச் சிந்தனை. ஏனெனில், பின்நவீனத்துவம் மொத்தத்துவத்துக்கு (*டோடாலிடி*) எதிரான துண்டாடப்பட்ட தன்மையை (*ஃபிராக்மெண்டேசன்*) வலியுறுத்துகிறது. அது ஏன் என்பதைப் பின்னால் பார்ப்போம்.

விதை செடியாகி, மரமானதைப் போல கோட்பாடுகளும் ஒன்றிலிருந்து வேறு ஒன்றாக உருவானவையே.

கிமு மூன்றாம் நூற்றாண்டில், பண்டைய கிரேக்கத்தில் ஸ்டாயிசிசம் என்றொரு கோட்பாடு புழக்கத்தில் இருந்தது. 'துன்பம், மகிழ்ச்சி, வெற்றி, தோல்வி போன்ற உணர்வுகளைப் பொருட்படுத்தாமல் செயலற்று இரு. எதிர்ப்படும் வாழ்க்கையை அப்படியே ஏற்றுக்கொள்' என்பது ஸ்டாயிசிசத்தின் கூறுகளில் ஒன்று. பின்னாளில் அமெரிக்காவில் தோன்றிய *பிரக்மாடிசம்* (நடைமுறைவாதம்) இந்தக் கூறையும் தன்னுள் கொண்டிருந்தது. பிறகு ஃபிரெஞ்சு சிந்தனையாளரான ழீன் பால் சார்த்தர் கண்டடைந்த 'இருத்தலியம்' (*எக்சிடென்சியலிசம்*) இந்தக் கூறைத் தன்னுள் உள்வாங்கி இருந்தது. ஃபிரெஞ்சு எழுத்தாளர்களான ஆல்பர் கெமூ, சாமுவேல் பெக்கெட் ஆகியோர் வளர்த்தெடுத்த 'அபத்தக் கோட்பாடு'ம் இந்தக் கூறைத் தன்னுள் கொண்டிருந்தது என்பது கவனிக்கத்தக்கது.

நிற்க. 'கோட்பாடுகள்' என்றதுமே நாணி வெட்கத்துடன் கைகளில் முகத்தைப் புதைத்துக்கொள்ளும் எழுத்தாளர்களின் மனம் அவை பற்றி என்ன நினைக்கிறது? 'நம்மைக் கடந்து போயிருக்கும் நூற்றுக்கணக்கான ஆண்டுகளில் கலை-இலக்கியத் தத்துவ வெளியில் ஏராளமான பிரதிகள் எழுதப்பட்டு குவிந்திருக் கின்றன. இவற்றை ஆய்வு செய்யும் வாசகன் அல்லது விமர்சகன் அவற்றைச் சில சட்டகங்களில் போட்டு அடைக்க முயல்கிறான். அந்த முயற்சியே கோட்பாடுகள் எனப்படும். உன்னதமான கலை இலக்கியப் படைப்பு இந்தக் கோட்பாட்டுச் சட்டகங்களை மீறி நிற்பது என்று சொல்லிச் சிணுங்கும்.

சிந்தனையாளர்களோ, 'கோட்பாடு என்பது உலகையும், வாழ்க்கையையும் பற்றி எடுத்துரைக்க வந்த ஒரு கருத்து அல்லது கொள்கை; அது அடிக்கடி மாறும்' என்று மொண்ணையாக முணுமுணுப்பார்கள். 'இதுவரை வந்திருக்கும் கோட்பாடுகள் எல்லாமும் வர்க்கப் போராட்டத்தின் விளைவுகளே' என்பது கம்யூனிஸ்டுகளின் நிலைப்பாடாக இருக்கும்.

இவையாவும் கட்டமைக்கப்பட்ட பொதுப் புத்திகளே. இந்தப் பொதுப்புத்திக்கு எட்டாத விஷயம் ஒன்று இருக்கிறது. கோட்பாடுகள் யாவும் மையம்கொண்டவை என்பதுதான் அது. ஆமாம், எல்லாக் கோட்பாடுகளும் மையம்கொண்டவை.

பழைய கோட்பாடு கடவுளை மையமாக்கினால், புதிய கோட்பாடு பகுத்தறிவை மையமாக்குகிறது. எப்படி சக்கரம் சுழல்வதற்கு மையத்தில் அச்சாணி தேவையோ, அதைப்போலவே கோட்பாடு சுழன்று இயங்குவதற்கு அச்சாணியாக ஒரு மையம் தேவை.

மனிதன் சிந்திக்கத் தொடங்கியதிலிருந்து பிரபஞ்சம், மனித இருப்பு, சமூக நியதிகள் ஆகியவற்றுக்கான பொது விதிகளைக் கண்டுபிடிக்க முயன்றான். அந்த முயற்சியின் விளைவாக அறம் கண்டுபிடிக்கப்பட்டது. அறத்தின் அடிப்படையில் வாழ்வு சார்ந்த மதிப்பீடுகள் உருவாக்கப்பட்டன. அந்த மதிப்பீடுகளை மையமாக வைத்துப் பிரதிகள் உற்பத்தி செய்யப்பட்டன. காலங்கள் தோறும் அந்தப் பிரதிகள் ஒரு தலைமுறையிலிருந்து அடுத்தத் தலை முறைக்கு விட்டுச் செல்லப்பட்டன. தவிரவும், ஒவ்வொரு கால கட்டத்திலும் பழைய பிரதிகளைப் பின்பற்றி பல புதிய பிரதிகளும் உற்பத்தி செய்யப்பட்டன. அந்தப் பிரதிகளும் பழைய பிரதிகளில் இருந்த அதே மையத்தை சுவீகரித்துக்கொண்டன.

அறிவியல் கண்டுபிடிப்புகள் புதிது புதிதாகத் தோற்றம் கொண்ட போது பழைய கோட்பாடுகள் ஆட்டம் கண்டன. புதிய கோட்பாடுகள் கால்கொண்டன. புதிய அறிவியல் கண்டுபிடிப்புகள் பழைய தத்துவ, மத, அரசியல் கோட்பாடுகளையும், நிலைப் பாடுகளையும் அவற்றின் பீடங்களிலிருந்து கீழே தள்ளின. இதன் விளைவாகக் கோட்பாடுகள் யாவும் ஊகங்களாக உருமாற்றம் எய்துகின்றன. பழைய ஊகத்தைத் தவறு என்று புதிய ஊகம் நிரூபிக்கிறது. அல்லது பழைய ஊகத்தின் போதாமையை புதிய ஊகம் சுட்டிக்காட்டுகிறது. எது எப்படி இருந்தபோதிலும், எந்த ஊகமும் கோட்பாட்டின் மையம் குறித்து எதையும் ஊகிக்க வில்லை என்பது மனங்கொள்ளத்தக்கது. காரணம், பழைய ஊகத்தைப் போலவே புதிய ஊகமும் தன்னுள் ஒரு மையத்தைக் கொண்டிருந்ததுதான்.

சுமேரியர் காலத்திலிருந்து, ரோமாபுரியின் வீழ்ச்சி வரையுள்ள காலத்தைத் தொல்காலம் என்று வரலாற்றாசிரியர்கள் வரையறுக் கிறார்கள். அது அடிமைச் சமூகம் நிலவிய காலகட்டம். இந்தக் காலகட்டம் இரண்டுவிதமான கோட்பாடுகளை உற்பத்தி செய்தது. தேல்ஸ், அனாக்சிமாண்டர், எபிகூரஸ், டெமாக்ரடிஸ்

போன்றோரின் பொருள்முதல்வாத சிந்தனைகளும், சாக்ரடீஸ், பிளேட்டோ ஆகியோரின் கருத்துமுதல்வாத சிந்தனைகளுமே அவை. அதன் பின்னர் வந்தது இடைக்ககாலம் என்று அழைக்கப் படுகிறது.

கிபி 5ஆம் நுற்றாண்டு முதல் கிபி 14ஆம் நூற்றாண்டு வரை நிலவிய இந்த யுகம் 'மதத்தின் வேலைக்காரி' என்று வர்ணிக்கப் படுகிறது. ஏனெனில், அந்த அளவுக்கு அது மதவாதிகளின் யுகமாக இருந்தது. இடைக்காலத்தில்தான் கிறிஸ்துவ மதம் முழு வீச்சுடன் இயங்க ஆரம்பித்தது. தொன்மைக்கால கிரேக்கத் தத்துவங் களுக்குத் தடை விதிக்கப்பட்டது. ஏதென்சில், பிளேட்டோவின் அகாடமி இழுத்து மூடப்பட்டது. இடைக்காலத்தில் தோன்றிய முக்கியமான தத்துவவாதியாக புனித அக்வினாசைக் குறிப்பிடலாம். இவர் தொன்மைக்காலப் பகுத்தறிவுக் கோட்பாட்டையும், இடைக்கால சமய நம்பிக்கையையும் இணைத்து ஒரு சமரசம் காண்பதைத் தமது கோட்பாடாக்கினார். அரிஸ்டாட்டிலின் சிந்தனைகளைக் கிறிஸ்துவமயமாக்க முயன்றார். இடைக் காலத்தைத் தொடர்ந்துவந்தது மறுமலர்ச்சிக் காலம். இந்தக் கால கட்டம் மனிதகுலம் பற்றிய புதிய பார்வைகளைத் தோற்றுவித்தது. கலீலியோ கலீலி, ஃபிரான்சிஸ் பேகன், கோப்பர்நிக்கஸ் போன்றோர் அதுவரை அறியப்பட்டிருந்த கோட்பாடுகளைக் கேள்விக்கு உள்ளாக்கினார்கள்.

அடுத்ததாக, 17ஆம் நூற்றாண்டில் பிறந்த 'பரோக்' யுகம் தெகார்த்தே, ஸ்பினோசா போன்ற முக்கியமான சிந்தனையாளர் களின் காலகட்டமாக இருந்தது. தெகார்த்தேயின் புகழ்பெற்ற வாசகமான, 'நான் சிந்திக்கிறேன்; எனவே நான் இருக்கிறேன்' என்னும் அறிவுவாதக் கோட்பாடு முக்கியத்துவம் வாய்ந்தது. அடுத்ததாக வந்தது, 'ரொமாண்டிசிசம்.' அதன் விதைகளைத் தூவியவராக ஜெர்மன் தத்துவவாதி இம்மானுவேல் காண்ட் கருதப்படுகிறார். காண்ட் பகுத்தறிவைக் கேள்விக்கு உட்படுத்தினார். இம்மானுவேல் காண்ட் ஒரு கட்டுரை எழுதினார். அதன் தலைப்பு: 'அறிவொளி என்றால் என்ன என்ற கேள்விக்கான பதில்.' அந்தக் கட்டுரையின் நீட்சியாக, அடுத்து வந்த காலகட்டம் அறிவொளிக் காலம் என்று அழைக்கப்படுகிறது. 19ஆம் நூற்றாண்டின் இறுதியில் தெகார்த்தேயின் அறிவுவாதக் கோட்பாடு மறுக்கப்பட்டது.

இவ்வாறாக வரலாறு முழுக்க, ஒரு புதிய கோட்பாடு ஏற்கெனவே நிலவிக்கொண்டிருந்த பழைய கோட்பாட்டை வெறும் ஊகம் என்று ஒதுக்கித்தள்ளிய நிலைதான் நீடித்தது.

1966 ஆம் ஆண்டு இந்த ஊகங்கள் யாவும் ஒரு முடிவுக்கு வந்தன. ஏனெனில், அந்த ஆண்டுதான் ஒரு ஃபிரெஞ்சுக்காரர் அமெரிக்காவில் உள்ள ஜான் ஹாப்கின்ஸ் பல்கலைக்கழகத்தில் ஓர் உரை நிகழ்த்தினார். அவர் பெயர் ழாக் தெரிதா. தமது உரையில் அவர் ஒரு புதிய சொல்லைப் பயன்படுத்தினார். அந்தச் சொல்: *டிகண்ஸ்ட்ரக்சன்* (Deconstruction). தமிழில், கட்டுடைப்பு, நிர்நிர்மாணம், சிதைவாக்கம், தகர்ப்பமைப்பு, ஒழுங்கவிழ்ப்பு என்று பலவாறாகப் புழங்கப்படும் அந்தச் சொல்லை முதன் முதலாக அவர் உச்சரித்த போது அரங்கத்தில் நிசப்தம் நிலவியது. அதைப்பற்றி அவர் தொடர்ந்து பேசியபோது அரங்கத்தில் இருந்த அனைவரும் தங்கள் கால்களின் கீழே இருந்த தரை நழுவிப் போனது போல் உணர்ந்தார்கள். விரைவிலேயே எல்லாக் கோட்பாடுகளின் பாதங்களும் தரையிலிருந்து நழுவி, அவை தலைக்குப்புற விழப்போகின்றன என்பது அப்போது அரங்கத்தில் இருந்த யாருக்கும் தெரிந்திருக்கவில்லை.

3

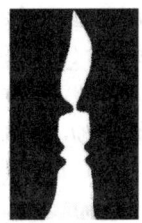

மேலே உள்ள படத்தை ஒரு முறை பாருங்கள்.

பார்த்துவிட்டீர்களா?

நல்லது. அந்தப் படத்தில் இருப்பது என்ன என்று உங்களுக்குத் தோன்றுகிறது?

'அது ஒரு மெழுகுவத்தியின் படம்'

'இல்லை; இல்லை அது இரண்டு முகங்களின் படம்'

அந்தப் படத்தைப் பற்றி மேலே சொல்லப்படும் இரண்டு பார்வைகளில் எது சரி? இரண்டுமே சரிதான். மேலே இருக்கும் படத்தை மேலெழுந்தவாரியாகப் பார்க்கும் போது, அது மெழுகு வத்தியின் படமாகவும், சற்று உற்றுநோக்கும் போது இரண்டு முகங்களின் படமாகவும் தெரிகிறது. இது ஜெர்மானிய உளவியல் சார்ந்த ஜெஸ்டால்ட் ஓவியம் ஆகும். இது போன்ற ஜெஸ்டால்ட் ஓவியங்கள் நிறைய இருக்கின்றன. ஜெஸ்டால்ட் என்ற ஜெர்மன் சொல்லுக்கு 'முழு வடிவம்' (ஹோல் ஃபாம்) என்று பொருள். நமது அன்றாட வாழ்வில் எத்தனையோ பொருள்களைப் பார்க்கிறோம். ஆனால், அவற்றை முழு வடிவமாகப் பார்க்கிறோமா என்ற கேள்வியை இந்த வடிவக் கொள்கை எழுப்புகிறது.

சரி. இப்போது ஓவியத்துக்கு வருவோம். இந்த ஓவியத்தை 'மெழுகுவத்திதான்' என்று அடித்துச்சொல்பவர்களை 'மெழுகு வாதிகள்' என்று அழைப்போம். 'முகங்கள்தாம்' என்று பிடிவாதம் பிடிப்பவர்களை 'முகவாதிகள்' என்று அழைப்போம். ஆக, இந்த ஒரு படம் இரண்டு கோட்பாட்டுவாதிகளை உருவாக்கிவிட்டது. எப்படி ஓர் ஓவியம் இது போல் ஒன்றுக்கு மேற்பட்ட பொருளைக் கொண்டிருக்கிறதோ, அது போலவே ஒரு சொல்லுக்கும் ஒன்றுக்கு மேற்பட்ட பொருள்கள் உண்டு. எடுத்துக்காட்டாக, 'படி' என்ற சொல்லுக்குப் படிப்பது, படிக்கட்டிலுள்ள படி, படிப்படியான வளர்ச்சி, படிநிலை, படி என்ற அளக்கும் கருவி, படிந்து போவது என்று அரை டஜன் அர்த்தங்கள் இருக்கின்றன. அதே போல், பால் என்ற சொல் பசு தரும் பால், ஆண்பால்-பெண்பால் போன்ற அர்த்தங்களைத் தாங்கி நிற்கிறது. ஆக, ஒரு சொல்லுக்கும் அதன் பொருளுக்கும் எவ்விதத் தொடபும் இல்லை. அர்த்தங்கள் கால தேச வர்த்தமானங்கள் சார்ந்து ஆக்கிக்கொள்ளப்படுகின்றன. ஒரு சொல்லைப் போலவே, ஒரு பிரதியும் ஒன்றுக்கு மேற்பட்ட அர்த்தங்களைக் கொண்டது. பிரதியை உருவாக்கும் ஆசிரியன் சொல்லும் அர்த்தம் ஒன்று. அதை வாசிக்கும் வாசகன் புரிந்து கொள்ளும் அர்த்தம் வேறு. முன்னது கட்டமைப்பு (கண்ஸ்ட்ரக்சன்). இரண்டாவது கட்டவிழ்ப்பு (டிகண்ஸ்ட்ரக்சன்). உலகிலுள்ள கலை, இலக்கியம், தத்துவம் எல்லாமே கட்டவிழ்ப்பில் வேறு புதிய பொருளைத் தருகின்றன. தெரிதா பல பிரதிகளைக் கட்டவிழ்த்துக் காட்டினார். பழைய வாசிப்பை (ரீடிங்) தனது மறுவாசிப்பில் (ரீ-ரீடிங்) தவறிய வாசிப்பு (மிஸ் ரீடிங்) என்று சுட்டிக்காட்டினார். தெரிதா மேற்கத்திய பிரதிகளைக் கட்டவிழ்ப்பு செய்து காட்டினார்.

இங்கு நாம் ஒரு சங்க இலக்கியப் பாடலைக் கட்டவிழ்த்துப் பார்க்கலாம். கணியன் பூங்குன்றனார் இயற்றிய புறப்பாடல் இது. புகழ்பெற்ற பாடலான இது உலகத் தமிழ் மாநாடு, தமிழ்ச் செம்மொழி மாநாடுகளில் முகப்பு வரிகளாக ஏற்றுக்கொண்டாடப் படுவது.

யாதும் ஊரே யாவரும் கேளிர்
தீதும் நன்றும் பிறர் தர வாரா
நோதலும் தணிதலும் அவற்று ஓர் அன்ன

சாதலும் புதுவது அன்றே வாழ்தல்
இனிது என மகிழ்ந்தன்றும் இலமே முனிவின்
இன்னாது என்றாலும் இலமே மின்னொடு
வானம் தண் துளி தலைஇ ஆனாது
கல் பொருது இரங்கும் மல்லற் பேர் யாற்று
நீர் வழிப் படூம் புணை போல் ஆருயிர்
முறை வழிப்படூஉம் என்பது திறவோர்
காட்சியில் தெளிந்தனம் ஆகலின் மாட்சியின்
பெரியோரை வியத்தலும் இலமே
சிறியோரை இகழ்தல் அதனினும் இலமே.

இந்தப் புறப்பாடலின் முதல் வரியும், கடைசி இரு வரிகளும் பிரபலமானவை. தமிழன் எல்லாம் என் ஊரே; அனைத்து மக்களும் என் உறவினரே என்று பிரகடனம் செய்வதாக ஒரு வாசிப்பு உண்டு. அதே போல் கடைசி இரு வரிகளும் கணியன் பூங்குன்றனாரின் பரந்த மனத்தை எடுத்துக்காட்டுவதாகவும் கூறுவார்கள். இடையில் உள்ள வரிகள் பெரும்பாலும் பொருட் படுத்தப்படுவதில்லை. ஏனெனில், அந்த வரிகள் விதி வலியது, நன்மை தீமை எல்லாமே விதிப்படிதான் நடக்கும் என்று புலம்புகின்றன. பகுத்தறிவுக்கு எதிராக இருப்பதால் அந்த வரிகள் இருட்டடிப்புச் செய்யப்படுகின்றன.

மேற்கண்ட பாடலை நாம் மறுவாசிப்பு செய்து பார்ப்போம்.

இந்தப் பாடல் சங்க காலம் எனப்படும் ஒரு பண்டைய கால கட்டத்தில் எழுதப்பட்ட பாடல். பண்டைய கிரேக்கத்தில் ஏதென்ஸ், ஸ்பார்ட்டா போன்ற நகர அரசுகள் இருந்தன. அவற்றுக்கிடையே அடிக்கடி சண்டை நடக்கும். இதனால் அந்த அரசுகளைப் ‘போர் அரசுகள்’ (*காரிசன் ஸ்டேட்ஸ்*) என்று குறிப்பிடுவார்கள். அதேபோல் பண்டைய தமிழகமும் போர் புரியும் அரசுகளால் ஆளப்பட்டு வந்தது. சேர, சோழ, பாண்டிய அரசுகள் சதா போரிட்டுக் கொண்டு இருந்தது கவனிக்கத்தக்கது. ஒரு நாடு இன்னொரு நாட்டின் மீது படையெடுத்துப் போரிட்டு வென்றுவிட்டது. இப்போது போரில் தோற்ற நாட்டின் மீது, வெற்றிபெற்ற நாடு தனது ஆதிக்கத்தை நிலை நாட்ட வேண்டும். அதற்கு இலக்கியத்தின் மூலம் அறத்தைப் போதிக்க வேண்டும். இதற்கு உதவ முன்வருகிறார் ஒரு புலவர். வெற்றி பெற்ற மன்னன்

‘இந்த ஊரும் என் ஊர்தான்; இங்கு உள்ளவர்களும் என் உறவினர்கள்தான்’ என்று அறிவித்துத் தன் இருத்தலை நியாயப் படுத்துகிறான். மேலும், ‘எல்லாம் விதிப்படி தாம் நடக்கும்; நம் கையில் ஒன்றுமில்லை,’ எனவே, தோல்வியடைவது உங்கள் விதி; வெற்றிபெற வேண்டியது என் விதி அதன்படி நடந்துவிட்டது. இனி நாம் செய்வதற்கு ஒன்றுமில்லை. நான் ஜெயித்துவிட்டதால் என்னைப் பெரியோன் என நான் மார்தட்டிக்கொள்ளவும் மாட்டேன்; தோற்ற உங்களை சிறியோன் என்று இகழவும் மாட்டேன். நாம் சமமாக ஒரே நாட்டு மக்களாக வாழ்வோம்’ என்று செய்யுள் இயற்றி, பாடுமாறு புலவரைப் பணிக்கிறான். புலவரும் பரிசில் தொகையை மனக்கண்ணால் பார்த்துப் பரவசப்பட்டவாறு அரசன் கூறிய கருத்தின் அடிப்படையில் பாடல் இயற்றுகிறார். அதுதான் இது.

ஒரு காலத்தில் எம்ஜிஆர் படத்துக்குப் பாடல் எழுதியவர்கள் எம்ஜிஆர் மனம் குளிரும் விதமாக ‘காலத்தை வென்றவன் நீ; காவியமானவன் நீ’ என்றெல்லாம் எழுதி பரிசில் பெற்றார்கள். இன்றைக்கு ரஜினிகாந்தின் படங்களுக்குப் பாடல் எழுதுபவர்கள் அதே போல் ரஜினியை ஒரு அவதாரப் புருஷனாகப் போற்றிக் கொண்டாடி எழுதி அவர் மனதில் இடம்பிடிக்கிறார்கள். தொடர்ந்து பாடல் எழுதும் வாய்ப்பும் பெறுகிறார்கள். இந்த நோய் அந்தக் காலத்துப் புலவர்களிடமிருந்து தொற்று நோயாகப் பரவி இன்றைய புலவர்களைப் பாதித்துவிட்டதோ என்னவோ.

சங்கப் பாடல்கள் ஒரே காலகட்டத்தில் உருவானவை அல்ல. வெவ்வேறு காலங்களில் எழுதப்பட்ட பாடல்கள், பிற்காலத்தில் ஒன்றாகத் தொகுக்கப்பட்டன. அந்த அந்தக் காலகட்டத்தில், தேவையின் பொருட்டு இந்தப் பாடல்கள் இயற்றப்பட்டன. பின்னாளில் அவற்றுக்கு உரை எழுத வந்தவர்கள் கால தேச வர்த்தமானத்தை மறந்து தங்கள் சொந்த விருப்பு வெறுப்புகளின் அடிப்படையில் ‘வாசித்து’ விளக்கம் எழுதினார்கள். அதன் அடிப்படையில் கட்டப்பட்ட அர்த்தத்தை நாம் மறுவாசித்தலில் கட்டவிழ்த்துக் கண்டடைய வேண்டியவர்களாக இருக்கிறோம்.

இதனை அறிவு உற்பத்தி என்று சொல்லலாம். மனிதனை மனிதன் கொன்று தின்னும் ஓர் ஏற்றத்தாழ்வான சமூகத்தில் அதை

நியாயப்படுத்துவதற்கு அறிவு உற்பத்தி தேவைப்படுகிறது. இதனை அதிகாரத்தின் உரையாடல் என்கிறார் ஃபிரெஞ்சு பின்நவீனவாதியான மிஷல் ஃபூக்கோ. உற்பத்தி செய்யப்படும் அறிவுகளில் சில சிந்தனைகள் சமூக மரியாதையைப் பெறுகின்றன. சில கருத்துகள் இகழ்ச்சியை அடைகின்றன. அதிகாரத்தின் உரையாடலை முன்வைக்கும் அறிவுகள் மதிப்புக்கும், எதிரானவை மிதிப்புக்கும் ஆளாகின்றன.

ஏதென்ஸ் அரசு சாக்ரட்டீஸுக்கு மரண தண்டனை விதித்த போது, அவர் உயிரைக் காப்பாற்ற பலர் முயன்றார்கள். அதன் விளைவாக ஏதென்ஸ் அரசு சாக்ரட்டீஸ் விரும்பினால், அண்டை நாடான தெஸ்ஸாலிக்குத் தப்பித்துப் போய் மரண தண்டனையில் இருந்து தம்மைக் காப்பாற்றிக்கொள்ளலாம் என்று ஒரு சலுகை அளித்தது. ஆனாலும் சாக்ரட்டீஸ் அதை ஏற்கவில்லை. அவர் அரசு விதித்த மரண தண்டனையை ஏற்றுக்கொண்டார். இதனை வரலாற்று ஆசிரியர்கள் சாக்ரட்டீஸ் மாபெரும் வீரர். ஏதென்ஸ் அரசிடம் மன்னிப்போ, சலுகையையோ பெற விரும்பாத தன்மானச் சிங்கம் என்ற ரீதியில் எழுதித் தள்ளுகிறார்கள். இதில் உள்ள உண்மையைக் கட்டவிழ்க்கும் போது விஷயம் வேறாக இருக்கிறது. சாக்ரட்டீஸ் காலத்தில் உற்பத்தி செய்யப்பட்ட அறிவின் படி அரசு என்பது பெற்றோருக்குச் சமம். தன்னை ஆளாக்கிய பெற்றோரை ஒரு மகன் எப்படி அவமதிக்கக்கூடாதோ அதே போல் தன்னைக் காக்கும் அரசையும் ஒருவன் அவமதிக்கக் கூடாது. சாக்ரட்டீஸ் அதன்படி நடந்துகொண்டார். தனது அரசை தன் பெற்றோர் என்ற நிலையில் அவர் வைத்துப் பார்த்தார். அரசு தரும் தண்டனையை அப்படியே ஏற்றுக்கொள்வது ஒரு நல்ல (குடி) மகனின் கடமை என்று கருதினார். எனவே, அரசுக்கு எதிரான சிந்தனைகளைப் பரப்பியவர் என்று குற்றம் சாட்டப்பட்ட ஒரு மனிதர் அந்த 'அரசுக்குத் தனி மனிதர்களைத் தகுந்தவாறு உருவாக்கிக்கொள்ளும் உரிமை உண்டு' என்று நினைத்தது ஒரு நகைமுரண்.

இதனால் உண்மை, யதார்த்தம் போன்ற விஷயங்கள் பொது வானவை அல்ல. ஒவ்வொருவரின் பார்வைக்கும் ஒவ்வொரு விதமான தோற்றத்தைக் கொண்டவை அவை என்பதை நாம் புரிந்துகொள்ளலாம். ரஷ்ய சிந்தனையாளரான மிகயீல் பக்தின்

கூறுவார்: 'என் முதுகுக்குப் பின்னால் இருப்பதை நீ பார்க்க முடியும்; நான் பார்க்க முடியாது. அதே போல், உன் முதுகுக்குப் பின்னால் இருப்பதை நான் பார்க்க முடியும்; நீ பார்க்க முடியாது. நாம் இருவரும் செய்துகொண்டிருப்பது ஒரே செயலைத்தான். ஆனால் வேறு வேறு இடங்களிலிருந்து செய்துகொண்டிருக்கிறோம். நாம் இந்த உலகையும், நம்மையும் வேறு வேறு மையங்களிலிருந்து நோக்குவதால் நமது இடங்கள் வேறுபடுகின்றன.'

4

முதலில் ஓர் அனுமானம் தோன்றுகிறது. விரைவிலேயே அந்த அனுமானம் ஒரு கோட்பாடாக உருவாகிறது. வேறொரு புதிய அனுமானம் தோன்றும் போது, பழைய கோட்பாடு ரத்து செய்யப்படுகிறது. பின்பு மீண்டும் ஒரு புதிய அனுமானம் தோன்றுகிறது. அது ஒரு புதிய கோட்பாடாக மாறுகிறது. பழைய கோட்பாட்டை ரத்து செய்கிறது. கடந்த இரண்டாயிரத்து ஐந்நூறு ஆண்டுகால கோட்பாடுகளின் வரலாறு சொல்லும் செய்தி இதுதான். இப்போது வரலாற்றில் உருவான கோட்பாடுகள் சிலவற்றைப் பற்றியும் அவை ரத்தான நிகழ்ச்சிகளைப் பற்றியும் சுருக்கமாகப் பார்ப்போம்.

ஆதியில் இருந்த தத்துவவாதிகள் அனைவரும் உலகத்தில் உள்ள பொருள்களின் ஆதாரம் என்ன என்பது பற்றியே சிந்தித்தார்கள். சிந்தனை இயற்கையைச் சார்ந்தே இருந்தது. இதனால் இவர்கள் இயற்கைத் தத்துவவாதிகள் என்று அழைக்கப்பட்டனர். இவர்களுக்கு 'யூனிக்' (Unique) தத்துவவாதிகள் என்ற பெயரும் உண்டு.

மேற்கத்திய தத்துவ வரலாற்றில் மிகப் பழைய தத்துவவாதி யாகக் கருதப்படுபவர் தேல்ஸ். ஆசியா மைனரில் உள்ள மிலெட்டஸ் என்ற ஊரைச் சேர்ந்த இவர் உலகம் முழுதும் சுற்றியவர். தரையில் விழுந்த பிரமிடின் நிழலைக்கொண்டு பிரமிடின் உயரத்தை மிகத் துல்லியமாக அளந்து சொன்னவர். கிமு585ஆம் ஆண்டு நிகழ்ந்த சூரிய கிரகணத்தை மிகத் துல்லியமாக முன்னறிவித்தவர். தேல்ஸின் கோட்பாட்டின்படி, 'உலகம் நீரால் ஆனது; எல்லாப் பொருள்களும் நீரிலிருந்து தோன்றுகின்றன. பின்னர் அழிந்து மீண்டும் நீராகவே மாறுகின்றன' என்பதாகும். 'உலகம் கண்ணுக்குத் தெரியாத உயிர்க்கிருமிகளால், நிறைந்து இருக்கிறது. அந்தக் கிருமிகள்தான் புழு, பூச்சி, பூக்கள், தவளை, மனிதன் என்று பலவிதமான தோற்றங்கள் கொள்கின்றன' என்பது அவருடைய வாதம்.

பண்டைய இந்தியாவிலும் இதே போன்ற இயற்கைத் தத்துவவாதிகள் இருந்தனர். அவர்களும் உலகத்துக்கு அடிப்படைக் காரணம் என்ன, எல்லா ஞானங்களுக்கும் அடிப்படை ஞானம் எது என்பன போன்ற சிந்தனைகளில் ஆழ்ந்திருந்தனர். நமது தத்துவ ஞானிகளில் ஒருவர் நெருப்பே எல்லாவற்றுக்கும் அடிப்படை என்றார். இன்னொருவரோ காற்றே பிரதானம் என்றார். வேறொருவரோ ஆன்மா அல்லது பிரம்மம்தான் எல்லாவற்றுக்கும் அடிப்படை என்றார்.

ஏறக்குறைய தேல்ஸின் சமகாலத்தவர் என்று கருதப்படும் இன்னொரு தத்துவவாதி அனாக்ஸிமாண்டர். 'பஞ்சபூதங்களால் ஆன உருவங்களின் அடிப்படைத் தத்துவம், அவற்றைவிடச் சூட்சுமமாக இருக்க வேண்டும்; அந்தச் சூட்சுமம் எல்லையற்றது' என்றார். இந்த எல்லையற்ற அடிப்படையிலிருந்துதான் எல்லாப் பொருள்களும் தோன்றின என்பது அவரது கோட்பாடு. 'பிரபஞ்சத்தில் உள்ள பல உலகங்களில் நமது உலகமும் ஒன்று. இவை பரிணாம வளர்ச்சியில் தோன்றுவதும், அழிவதுமாக இருக்கின்றன' என்பது அவரது கொள்கை.

அடுத்த தத்துவவாதி அனாக்ஸிமெனஸ். இவர் 'எல்லாப் பொருள்களுக்கும் ஆதாரம் காற்றே' என்றார். தேல்ஸ் கூறுவது போல் எல்லாப் பொருள்களுக்கும் ஆதாரம் நீர் என்று வைத்துக் கொண்டால்கூட அந்த நீர் ஆவியாகத் (காற்று) தானே மாறுகிறது; அந்த ஆவிதானே மறுபடியும் நீராக மாற்றம் கொள்கிறது என்பது அனாக்ஸிமெனஸின் கருத்து. ஆக, தேல்ஸின் அனுமானம் ஒரு கோட்பாடாக மாறி, அந்தக் கோட்பாட்டை அனாக்ஸிமெனஸின் அனுமானம் ரத்து செய்துவிட்டது.

ஆக, ஆதி தத்துவவாதிகள் யாவரும் பிரபஞ்சத்தின் அடிப்படை யாக ஒரு பொருள் இருக்கிறது என்றும் அதுதான் வேறு வேறு பொருள்களாக மாறுகிறது என்றும் நம்பினார்கள். அதை ஒட்டியே அவர்களின் அனுமானங்கள் இருந்தன.

அப்போது புதிய மனிதர் ஒருவர் வந்துசேர்ந்தார். அவர் ஒரு திடுக்கிட வைக்கும் அனுமானத்தை முன்வைத்தார். 'உலகில் உள்ள எந்த ஒரு பொருளும் மாறுவதே இல்லை. அது அதுவாகத் தான் இருக்கிறது. வேறு ஒன்றாக மாறுவது இல்லை' என்றார்.

அவர் இத்தாலியைச் சேர்ந்தவர். பெயர் பர்மினைடிஸ். 'உலகில் நிலவிக்கொண்டிருக்கும் எல்லாமும் எப்போதும் நிலவிக் கொண்டிருந்ததே' என்பது அவர் கருத்து. 'மாற்றம் என்பது வெறும் தோற்றம். கண்ணால் காண்பது பொய்; தீர விசாரித்தல் மெய். மனித அறிவின் அசைக்க முடியாத தன்மை பகுத்தறிதலே' என்பது பர்மினைடிஸின் நம்பிக்கை.

'உலகில் உள்ள எல்லாமே மாறக்கூடியதே' என்று அறிவித்து பர்மினைடிஸின் அனுமானத்தைத் தகர்த்தார் இன்னொரு மனிதர். அவர் பெயர் ஹெராக்ளிடஸ். 'பிரபஞ்சத்தில் இருக்கும் யாவும் இயக்கத்தில் இருக்கின்றன. சூரியன் தோன்றுகிறது, மறைகிறது; சந்திரன் தோன்றுகிறது, மறைகிறது. ஆறு ஓடிக்கொண்டே இருக்கிறது. நாம் வலது காலை எடுத்து வைக்கும் போது ஓடும் ஆறு வேறு; அடுத்ததாக இடது காலை எடுத்துவைக்கும் போது ஓடும் ஆறு வேறு' என்றார் அவர். மேலும், உலகம் இருமை எதிர்வுகளால் ஆனது. பகல் x இரவு, குளிர் x வெப்பம், போர் x அமைதி என்பது போன்ற எதிர்வுகள் இல்லையேல் இந்த உலகம் இல்லை என்பது அவருடைய கோட்பாடு. பிரபஞ்ச விதி (*யூனிவர்சல் லா*) என்ற ஒன்று இருக்கிறது. அதுதான் இந்த உலகத்தை ஆள்கிறது என்பது அவருடைய கொள்கை. அந்தப் பிரபஞ்ச விதியை 'ஒருமை'யாக (*ஒன்-நஸ்*) அவர் கண்டார். அதற்கு லோகோஸ் (சின்னங்கள்' இலச்சினைகள்) என்று பெயரிட்டார். இதைப் பண்டைய இந்தியாவின் ஓரிறைக் கொள்கையான அத்வைதத்துடன் ஒப்பிடலாம். ஹெராக்ளிடஸுக்கு முந்தைய தத்துவஞானிகள் யாரும் அடிப்படைத் தத்துவங்களைப் பற்றிச் சிந்தித்தார்களே தவிர, இவற்றை உண்டாக்கியவர் யார் என்ற சிந்தனைக்குப் போகவில்லை. இவர்களின் சமகாலத்தில் இந்தியாவில் வாழ்ந்த புத்தர், சார்வாகர் போன்றோர்கூட உலகைப் படைத்தவன் யார் என்ற கேள்வியை எழுப்பவில்லை. உயிர் பஞ்சபூதங்களிலிருந்து தோன்றியது; அதுவும் பஞ்சபூதங்களும் வேறு வேறானவை அல்ல. எனவே, அவற்றை வழிநடத்த வேறு சக்தி ஏதும் தேவையில்லை என்று அவர்கள் நினைத்தனர்.

ஹெராக்ளிடஸுக்குப் பிறகு வந்தவர் எம்பெடோக்ளிஸ். இவர் ஒரு முக்கியமான கண்டுபிடிப்பை நிகழ்த்தினார். உலகின் அடிப்படை என்று ஆளாளுக்கு நீர், காற்று என்றெல்லாம் ஏதாவது

ஒன்றைப் பிடித்துக்கொண்டு தொங்குகிறார்கள். நீர்தான் எல்லாவற்றுக்கும் ஆதாரம் என்றால், நீர் ரோஜாப்பூவாகவோ, பாலாடைக்கட்டியாகவோ மாற முடியுமா? எப்போதும் நீர் நீராகத்தானே இருக்கிறது என்று கேள்வி எழுப்பினார். உலகம் நான்கு மூலகங்களால் ஆனது. அவை நீர், நிலம், நெருப்பு, காற்று ஆகியவை. இவை ஒன்று சேரும் போதுதான் பொருள்கள் தோன்றுகின்றன என்றார் அவர். தமது இந்தக் கோட்பாட்டின் மூலம் பழைய கோட்பாடுகளை ரத்து செய்தார்.

அவருக்கு அடுத்தபடியாக வந்தவர் அனக்ஸகோரஸ். அவர் எம்பெடோக்ளிஸை மறுத்தார். என்னதான் நான்கு மூலகங்கள் ஒன்று சேர்ந்தாலும் அவை ரத்தமாகவோ எலும்பாகவோ ஆக முடியுமா என்ற கேள்வியை எழுப்பினார். உலகிலுள்ள எல்லாமே கண்ணுக்குத் தெரியாத நுண்ணிய துகள்களால் ஆனவை என்று அவர் அனுமானித்தார். எந்தப் பொருளைத் துண்டுகளாக்கினாலும் அந்தத் துண்டுகளில் அந்தப் பொருளின் கூறு இருக்கும் என்றார் அவர். நாம் அருந்தும் பாலில் உள்ள எலும்புத் துகள்கள் நம் உடலில் எலும்பாக உருப்பெறுகின்றன. அந்தத் துகள்களை அவர் விதைகள் என்று அழைத்தார். அவர் சூரியன் கடவுள் இல்லை; அது ஒரு மிகப் பெரிய சிவந்து கனன்று கொதிக்கும் கல் என்று சொன்னார். இதனால் அவர் மீது நாத்திகம் பேசுகிறார் என்று குற்றம் சாட்டப்பட்டு நாடு கடத்தப்பட்டார்.

அடுத்து வந்த டெமாக்ரடீஸ், அனெக்ஸகோரஸ் கண்டுபிடித்த 'விதைகளு'க்குப் பெயரிட்டார். அவற்றை அணு என்று அழைத்தார். அணு என்ற கிரேக்கச் சொல்லுக்குப் பிரிக்க முடியாதது என்று பொருள். ஒரு பொருளைப் பல துண்டுகளாகத் தொடர்ந்து பிரித்துக்கொண்டே போனால், கடைசியாக பிரிக்க முடியாத அளவுக்கு ஒரு கடைசித் துண்டு துகளாக மிஞ்சும். அதன் பெயர் அணு என்பது அவருடைய வாதம். நமது உடல், ஒரு மிருகம் எதுவாக இருந்தாலும், அது இறந்து அழியும் போது அணுக்களாகப் பிரிந்து தனித்தனியே போய்விடும். பின்னர் மீண்டும் அந்தப் பிரிந்து சென்ற அணுக்கள் ஒன்றுசேர்ந்து புதிய உடலை அல்லது பொருளை உருவாக்கும். அணுக்கள் பிரபஞ்ச வெளியில் அலைந்துகொண்டிருக்கின்றன. அவற்றுக்கு 'கொக்கிகள்' இருக்கின்றன. அந்தக் கொக்கிகள் மூலம் அவை ஒன்றுடன் ஒன்று

இணைந்துகொள்கின்றன என்பது அவருடைய கோட்பாடு. டெமாக்ரடீஸின் அணுக்கொள்கைக்குப் பிறகு கிரேக்க இயற்கைத் தத்துவஞானம் ஒரு முடிவுக்கு வந்தது.

இந்த இயற்கைத் தத்துவவாதிகளுக்குப் பிறகு அடுத்த கட்டத்துக்கு தத்துவத்தை நகர்த்திச் சென்றவராக பித்தகோரஸைக் குறிப்பிடலாம். பித்தகோரஸ் தத்துவவாதி மட்டுமல்ல; தேர்ந்த கணித மேதையும்கூட. இவர் இந்தியாவுக்கு வந்தவர் என்றும் அங்கிருந்து 'மறு பிறவி', 'பிரம்மம்' போன்ற சிந்தனைகளை ஏற்றுக்கொண்டவர் என்றும் சொல்லப்படுகிறது. இவருடைய கருத்துகளும் உபநிஷத் கால ரிஷிகளின் கருத்துகளை ஒத்திருப்பது கவனிக்கத்தக்கது. அடிப்படைப் பொருள்களைப் பற்றிப் பேசும் போது, பஞ்சபூதங்கள் அடிப்படைப் பொருள்களுமல்ல; அதன் சூட்சுமமான உருவங்களுமல்ல என்றார். வீணையின் கம்பியின் நீளத்துக்கும், அதிலிருந்து எழும் நாதத்துக்கும் தொடர்பிருக்கிறது. வீணையின் கம்பிகளை கைவிரல்களால் அழுத்தும் போது, அந்தத் தூரத்தை அனுசரித்து அதில் ஒலி பிறக்கிறது. எனவே, எந்த ஒரு பொருளும் அதன் நீளம், அகலம், சுற்றளவு ஆகிய அம்சங்களைப் பொறுத்து இருக்கின்றது. எனவே எல்லாப் பொருட்களும் எண்ணிக்கைகளே என்றார் பித்தகோரஸ். சூனியம் கோடுகளை உருவாக்கும்; கோடுகள் அடிப்பாகத்தை உண்டாக்கும்; அடிப்பாகம் கனப் பொருளை உண்டாக்கும்; அதாவது சூனியமே எல்லாவற்றுக்கும் அடிப்படையாகும் என்பது அவருடைய அனுமானம்.

பித்தகோரஸ் தத்துவப்பள்ளியை மட்டுமல்ல; மதவாத சிந்தனைப் பள்ளியையும் தொடக்கி வைத்தவர் எனலாம். புத்தர், மஹாவீரர், சங்கரர் ஆகியோரைப் போலவே அவரும் பல மத மடாலயங்கள் தோன்றக் காரணமாக இருந்தார். அவர்கள் உபதேசித்த மதம் 'நிலையான' தன்மை வாதமாகும். உலகில் எதுவும் மாறுவதில்லை. மாற்றம் என்பது தோற்றம் மட்டுமே. நுணுகிப் பார்த்தால் எதுவும் நிலையாக இருப்பதே என்பது அவர்கள் போதனை.

டெமாக்ரடீஸ் அணு என்ற பொருளை அடிப்படையாகப் பார்த்ததால் அவர் பொருள்முதல்வாதி ஆகிறார். பித்தகோரஸ்

யதார்த்த உலகை விட்டுக் கற்பனாவாத உலகைத் தேர்ந்தெடுத்தார். அவருடைய இயல் இந்தியாவின் ஆன்மிகவாதத்துடன் பொருந்தக் கூடியது. அதைக் கருத்துமுதல்வாதம் எனலாம். ஆக, இயற்கைத் தத்துவவாதிகளுக்குப் பிறகு வந்த சிந்தனையாளர்கள் இரு பெரும் பிரிவுக்குள் வகைப்படுத்தப்படுகிறார்கள். அந்த இரண்டில் ஒன்று: பொருள்முதல்வாதம், இரண்டு: கருத்துமுதல்வாதம். கடந்த ஈராயிரம் ஆண்டுகாலமாக இவ்விரண்டு கோட்பாடுகளும் தொடர்ந்து எதிர் எதிராக இயங்கிக்கொண்டிருகின்றன.

ஈரானிய மன்னர் கோரோஷ் கிரேக்கத்தின் மேல் படையெடுத்து வெற்றி கொண்டபோது கிரேக்கத் தத்துவ ஞானிகள் கிரேக்கத்தை விட்டுச் சிதறிச் சென்றுவிட்டனர். அவர்கள் எங்கெல்லாம் சென்று தங்கினார்களோ அங்கெல்லாம் மையங்களை உருவாக்கினார்கள். சிலர் ஓரிடத்தில் தங்காமல் ஊர் ஊராகச் சுற்றித் திரிந்து துறவிகளாக வாழ்ந்தார்கள். இவர்கள் ஸோஃபிக்கள் என்று அழைக்கப் பட்டார்கள். இஸ்லாமியச் சொல்லான சூஃபி என்ற சொல் ஸோஃபியிலிருந்து தோன்றியதே. அதற்கு ஞானி என்று பொருள். ஞானத்தைத் திரட்டுவதும் அதை மக்களுக்குப் பகிர்ந்தளிப்பதுமே ஸோஃபிக்களின் நோக்கமாக இருந்தது. உண்மையை அறிவதற்காக நாம் நமது அறிவை எல்லாவிதமான கட்டுத்தளைகளிலிருந்தும் விடுவித்துக்கொள்ள வேண்டும் என்பது அவர்களின் முழக்கமாக இருந்தது. ஸோஃபிக்கள் உண்மையை இரண்டாகப் பிரித்தனர்; ஒன்று: பழங்காலத்திலிருந்துவரும் உண்மை; இரண்டு: யதார்த்த மான உண்மை. புத்தரும் சங்கரரும்கூட இரண்டு உண்மைகளை போதித்தனர் என்பது நினைவுகூரத்தக்கது. புத்தர் பழங்காலத் திலிருந்து வரும் உண்மையை 'மறைந்த உண்மை' என்றார். சங்கரர் 'நடைமுறை உண்மை' என்றார்.

சாக்ரட்டீஸ் வரும் வரை கிரேக்கத் தத்துவ இயல் தீவிரம் அடையாமல் இருந்தது. அவருக்குப் பின் கிரேக்கம் தத்துவத்தின் மையமாக மாறிவிட்டது. சாக்ரட்டீஸ் மற்றும் அவரது வழித் தோன்றல்களான பிளாட்டோ, அரிஸ்டாட்டில் போன்றோர் தத்துவம் என்ற ஒளிப்பந்தத்தை உலகின் கண்முன் உயர்த்திப் பிடித்தனர்.

5

மொத்த மேற்கத்தியத் தத்துவ வரலாற்றையும் புரட்டிப் பார்க்கும் போது, சாக்ரட்டீஸ் ஒரு முக்கியத்துவம் வாய்ந்த தத்துவவாதி யாகத் தோன்றுகிறார். அவர் தம் வாழ்நாளில் ஒரு வரிகூட எழுதியதில்லை. ஆனால், அவரைப் பற்றி ஆயிரக்கணக்கான பேர் பல்லாயிரக் கணக்கான வரிகள் எழுதி இருக்கிறார்கள் என்பது ஒரு நகைமுரண். இந்த விஷயத்தில் சாக்ரட்டீசைப் புத்தரோடு ஒப்பிடலாம். புத்தரும் தன் வாழ்நாளில் ஒரு வரிகூட எழுதிய தில்லை. வாய்மொழியாக அவர் உபதேசித்ததை அவருடைய சீடர்கள் எழுதிவைத்தார்கள். சாக்ரட்டீஸின் கருத்துகளை அவருடைய சீடரான பிளேட்டோ எழுதி வைத்தார். பிளேட்டோவின் எழுத்துகளின் மூலம்தான் நாம் சாக்ரட்டீஸ் என்ற மனிதரைப் பற்றி அறிந்து கொள்கிறோம்.

சாக்ரட்டீஸின் முக்கியமான கொள்கையே, ஒருவர் தனது கொள்கையை யார் மீதும் திணிக்கக் கூடாது என்பதுதான். 'மக்களுக்கு எதையும் கற்பிக்கக் கூடாது; நான் பேசுவதை வைத்து அவர்களாக எதையாவது கற்றுக்கொள்ள நேர்ந்தால் அது நல்லதே' என்றார் சாக்ரட்டீஸ். தமது காலத்தில் நிலவிய பிற்போக்கான கருத்துகளுக்கு எதிராக இயங்கியவர் சாக்ரட்டீஸ். இதனாலேயே பிற்போக்குவாதிகளின் அதிருப்திக்கும் வெறுப்புக்கும் ஆளானார். அவரை இன்றைய பின்நவீனத்துவவாதிகளுடன் ஒப்பிடலாம். கருத்துகளை முன்வைப்பதில் ஜனநாயகத்தன்மை, தமது எதிரிகளைக்கூட அவர்களின் போக்கிலேயே போய்த் தம் வழிக்குக் கொண்டுவருதல் ஆகிய தன்மைகளில் அவரிடம் ஒரு பின்நவீனவாதியின் தன்மை இருந்தது. இதே பண்பைப் புத்தரிடமும் காணலாம். இதை 'உபாய கௌசல்யா' என்று சொல்வார் புத்தர்.

சாக்ரட்டீஸ் காலத்தில் இருந்த 'சோஃபிஸ்ட்'கள் எந்தப் பொருளாக இருந்தாலும் பலர் முன் நின்று சொற்பொழிவாற்றுவதைக்

குறிக்கோளாகக் கொண்டிருந்தார்கள். சாக்ரட்டீஸோ அதற்கு எதிரான நிலைப்பாட்டை எடுத்தார். அவர் தாம் பேசுவதைவிட பிறர் பேசுவதைக் காதுகொடுத்துக் கேட்பதைப் பெரிதாக நினைத்தார். இன்றைக்குப் பின்நவீனத்துவவாதிகள் சொல்லும் உரையாடல் என்ற விஷயத்தை அவர்தான் சாத்தியமாக்கினார்.

ஏதென்ஸ் நகரத்தின் தெருக்களிலும், மக்கள் கூடும் சந்தை போன்ற இடங்களிலும் அவரைப் பார்க்க முடியும். தம் முன்னே எதிர்ப்படும் மக்களிடம் அவர் அப்பாவித்தனமாகக் கேள்விகள் கேட்பார். தெரியாத ஒன்றைத் தெரிந்துகொள்ள விரும்பும் ஆர்வம் அவரது கேள்விகளில் தொனிக்கும். எதிராளியைப் பேச்சில் சிக்க வைக்கும் முயற்சி அது. பேச்சு-மறுபேச்சு என்று அந்த நிகழ்ச்சி ஓர் உரையாடலாக மாறும். அந்த உரையாடல் நல்லது, கெட்டது, மனிதன், சமூகம், அரசு என்று பல விஷயங்களை அலசும். உரையாடல் சாக்ரட்டீஸின் அடையாளம். இதனால்தான், சாக்ரட்டீஸின் மாணவரான பிளேட்டோ தாம் எழுதிய நூலுக்கு 'உரையாடல்கள்' (டயலாக்ஸ்) என்று பெயரிட்டார். அந்த நூலில் தமக்கும் சாக்ரட்டீஸுக்கும் இடையே நிகழ்ந்த உரையாடல்கள், சாக்ரட்டீஸுக்கும் பிறருக்கும் இடையே நிகழ்ந்த உரையாடல்கள் என்று பல உரையாடல்களைப் பதிவு செய்திருக்கிறார்.

'தத்துவவாதி என்பவன் ஞானத்தை நேசிப்பவன்' என்பது சாக்ரட்டீஸின் கொள்கை. அவரும் அவ்விதமே இருந்தார். சாக்ரட்டீஸைப் பொறுத்தவரை அவருடைய வாழ்க்கையும், கொள்கையும் ஒன்றாக இருந்தன. அர்த்தமற்ற பேச்சு அவருக்குப் பிடிக்காது. 'பகுத்தறிவைவிடப் புனிதமானது எதுவும் இல்லை; சரியாகச் செயல் புரிய, சரியாகச் சிந்திக்க வேண்டும்' என்பது அவரது கோட்பாடு. உலகம் எப்படி இயங்குகிறது, இந்தப் பிரபஞ்சம் எப்படிப்பட்டது என்பன போன்ற ஆராய்ச்சிகளில் சாக்ரட்டீஸ் ஈடுபடவில்லை. சமூகம், மனித வாழ்க்கை போன்ற லௌகீக விஷயங்கள் மட்டுமே அவரை ஈர்த்தன. அவர் தமது காலத்திய கடவுள், மதம் போன்ற மூடநம்பிக்கைகளை விமர்சித்தார். அது அவருடைய காலத்திய பிற்போக்குவாதிகளுக்கு உவப்பானதாக இல்லை. இன்றைக்கும் பழைய குப்பைகளை மண்டைக்குள் சுமந்துகொண்டு, பிணமாகிவிட்ட மரபை முதுகில் கட்டித் தூக்கிக்கொண்டு அலைந்து திரிந்து, போகும் வழியெல்லாம்

நாற்றத்தைப் பரப்பிக்கொண்டு திரியும் பழமைவாதிகள் போல் அன்றைக்கும் மனிதர்கள் இருந்தனர். இன்று இவர்களிடம் பின்நவீனத்துவவாதிகள் படும்பாட்டை அன்றைக்கு சாக்ரட்டீஸ் பட்டார். நல்ல வேளையாக, நமது காலத்தில் பின்நவீனவாதிகளுக்கு ஹெம்லாக் நஞ்சு தரவேண்டும் என்று யாரும் நினைக்கவில்லை என்பது ஆறுதல் தரும் செய்தி.

சாக்ரட்டீஸைப் போலவே புத்தரும் தமது காலத்திய நம்பிக்கைகளைக் கேள்விக்குள்ளாக்கியவர். பூஜை, யாகம் போன்ற விஷயங்களை எள்ளி நகையாடியவர். ஒரு சமயம் ஓர் இடத்தில் யாகம் நடந்துகொண்டிருந்தது. அந்த யாகத்தில் குடம் குடமாக நெய்யை ஊற்றி, தீ வளர்த்து அந்தத் தீயில் விலை உயர்ந்த பொன், வெள்ளி ஆபரணங்கள், பட்டுப் புடவைகள் ஆகியவற்றைப் போட்டனர். 'ஏன் அப்படிச் செய்கிறீர்கள்?' என்று அவர்களிடம் கேட்டார் புத்தர். அதற்கு அவர்கள், 'இவை எல்லாம் மேல் உலகத்தில் இருக்கும் எங்கள் தாத்தா பாட்டிக்குப் போய்ச் சேரும்' என்றார்கள். 'யாகத்தில் போடப்படும் இந்தப் பொருள்கள் யாவும் உங்கள் முன்னோர்களிடம் போய்ச் சேரும் என்றால், நீங்கள் குதித்தால்கூட அவர்களிடம் போய்ச்சேர முடியுமே? ஏன் முயற்சி செய்யக் கூடாது?' என்று கேட்டு அவர்களைத் திடுக்கிட வைத்தார். இதே ரீதியில் பகுத்தறிவுக் கேள்விகளை சாக்ரட்டீஸ் கேட்டதற்கு ஏதென்ஸ் மரணதண்டனை விதித்தது. புத்தரை இங்குள்ளவர்கள் ஒன்றும் செய்யவில்லை. அதற்குக் காரணம் சாக்ரட்டீஸுக்கு அந்த அரசு எதிராக இருந்தது. புத்தருக்கு அன்றைய அரசுகள் சாதகமாக இருந்தன. அவ்வளவுதான்.

சாக்ரட்டீஸுக்குப் பிறகு வருபவர் அவரது மாணவரான பிளேட்டோ. ஏதென்ஸ் நகரத்தில் பிறந்து வளர்ந்த பிளேட்டோ தனியே கல்வி கற்றுப் பின்னர் தமது இருபதாவது வயதில் சாக்ரட்டீஸால் கவரப்பட்டு அவரிடம் வந்து சேர்ந்துகொண்டார். சாக்ரட்டீஸ் யதார்த்தவாதி என்றால் இவரைப் பகுத்தறிவுவாதி எனலாம்.

தனக்கு முந்தைய மூன்று கொள்கைகளை இணைத்தவராக பிளேட்டோவைக் கருதலாம். 'சரியாகச் செயல் புரிய, சரியாகச் சிந்திக்க வேண்டும்' என்ற சாக்ரட்டீஸின் கொள்கையையும், நாம்

பார்க்கும் பொருள்கள் யாவும், சதா மாறிக்கொண்டே இருக் கின்றன' என்ற ஹெராக்ளிடஸின் கருத்தையும், பித்தாகோரஸின் 'உருவம்' என்ற கோட்பாட்டையும் ஒன்றிணைத்துத் தம் கோட்பாட்டைப் பிளேட்டோ உருவாக்கினார்.

'மாறிக்கொண்டிருக்கும் பொருள்களைப் பற்றி நாம் அறியும் உண்மையும் மாறிக்கொண்டுதானே இருக்க முடியும்? எனவே, யதார்த்தமான அறிவு என்பது இப்படி சதா மாறிக்கொண்டிருக்கும் உலகையோ, அதிலுள்ள பொருள்களைப் பற்றியோ இருக்க முடியாது. அதைக் கடந்ததாக, என்றும் மாறாமல் நிலையானதாக மட்டுமே இருக்க முடியும். நிலையானவை நமது புலன்களுக்கு எட்டாதவை' என்பது பிளேட்டோவின் கருத்தியல்.

புலன்களால் பெறப்படும் அறிவைப் பிளேட்டோ பொருட்படுத்த வில்லை. அத்தகைய புலனறிவு பொருள்களின் யதார்த்த நிலையைத் தெரிவிப்பதில்லை. அது நமக்கு ஒரு பொருளின் வெளித்தோற்றத்தை மட்டுமே தெரிவிக்கிறது. எனவே, அந்த யதார்த்தம் போலி யதார்த்தம் என்பது பிளேட்டோவின் அனுமானம்.

தவிரவும், அறிவு இரு வகைப்படும். மனத்தில் சிதறிக் கிடப்பது அறிவு. அந்த அறிவைத் தொகுக்கும் போது, 'பொதுவான அறிவு', 'சிறப்பான அறிவு' என்ற இரு வகையாக மாறுகிறது. இந்தப் பாகுபாடு இந்திய 'நியாய' மற்றும் 'வைசேஷிக' தத்துவவியலில் இருக்கின்றன. 'யதார்த்தமும் விஞ்ஞானமும் இணைந்ததே அறிவாகும்' என்று அறிவைப் பற்றிக் கூறும் பிளேட்டோ, எண்ணம் என்பது பற்றிப் பேசும் போது, 'எண்ணம் என்பது மாற்ற மில்லாதது; நிலையானது. எனவே, உண்மையான அறிவைப் பெறவேண்டுமானால், நாம் மாறும் பொருள்களின் மாறாத சாரத்தைப் புரிந்து கொள்ள வேண்டும்' என்றார்.

அதாவது ஒரு குதிரையை ஒரு பொருள் என்று வைத்துக் கொள்வோம். அந்தக் குதிரையை நாம் கையால் தொடுகிறோம். புலன்களால் உணர்கிறோம். அந்தக் குதிரைக்கு முன்னால் லட்சக்கணக்கான குதிரைகள் இருந்தன. அதற்குப் பின்னாலும் எதிர்காலத்தில் லட்சக்கணக்கான குதிரைகள் வந்துகொண்டே இருக்கும். எத்தனை குதிரைகள் வந்தாலும், 'குதிரைத்தன்மை' மாறாமல் இருந்துகொண்டே இருக்கும். இதில் குதிரை என்பது

மாறுவது. குதிரைத்தன்மை மாறாதது. குதிரை இனமே அழிந்து விட்டாலும், குதிரைத்தன்மை மாறாமல் இருந்துகொண்டே இருக்கும். இந்தக் கருத்தை மறுவாசிப்பு செய்து பார்க்க முடியும்.

பிளேட்டோ சொல்லும் இந்தக் கருத்தில் ஓர் அபாயம் இருக்கிறது. பிளேட்டோ வாழ்ந்த காலம் அடிமைச் சமூகம் நிலவிய காலம். அந்தக் காலத்தில் ஆண்டான்களுக்கும் அடிமை களுக்கும் இடையே சிடுக்கு முடிச்சுகள் இருந்தன. பிளேட்டோ சொல்லும் 'குதிரைத்தன்மை' என்ற கருத்தை 'ஆண்டான் தன்மை' 'அடிமைத் தன்மை' என்றும் நீட்டிப் பார்க்கலாம். அப்படிப் பார்க்கும் போது அந்த இரண்டு தன்மைகளுமே நிரந்தரமாக மாறாமல் இருந்துகொண்டே இருக்கும் என்ற கருத்தை அடையலாம். இது நமது இந்திய மரபில் இருந்துவரும் வருணா சிரமக் கொள்கையோடு ஒத்துப்போவதையும் கவனிக்கலாம். குதிரைத் தன்மையைப் போலவே பிரம்மத் தன்மை, சத்திரியத் தன்மை, வைசியத்தன்மை, சூத்திரத்தன்மை போன்ற தன்மைகள் நிரந்தரமானவை என்று இந்துமதம் சொல்லவில்லையா?

பிளேட்டோ இரு உலகங்கள் பற்றியும் பேசுகிறார். ஒன்று அக உலகம். இன்னொன்று புற உலகம். இந்த இரண்டில் அக உலகமே யதார்த்தமானது. அதுவே நம்பத்தக்கது என்கிறார். இதுவும் நமது வேதகால ரிஷிகளின் கருத்தியலோடு ஒத்துப்போகிறது. அவர்களும் லௌகீக வாழ்க்கையைத் துறந்து, அகத்தைத் தோண்டி தவம் செய்வதையே பெரிதாகக் கருதினார்கள் அல்லவா?

சாக்ரட்டீஸ் கொல்லப்பட்டதில் பிளேட்டோ மிகவும் வருத்தத்தில் இருந்தார். அந்த மரணத்துக்குக் காரணமாக இருந்த தனது சமூகம், அரசு ஆகியவற்றின் மேல் கோபம் கொண்டிருந்தார். இத்தகைய தவறுகள் நிகழாமல் இருக்க வேண்டுமானால், அரசு அதிகாரம் தத்துவவாதிகளின் கைகளில் இருக்க வேண்டும் என்று நினைத்தார். எனவே, தத்துவவாதிகளை உருவாக்க வேண்டும் என்று முடிவு செய்தார். அதன் விளைவாக ஒரு அகடமியை உருவாக்கினார். அந்த அகடமியில் நிறைய மாணவர்கள் சேர்ந்து படித்தனர். அந்த மாணவர்களில் ஒருவர்தான் பின்னாளில் அலெக்ஸாண்டரின் குருவாக மிளிர்ந்த அரிஸ்ட்டாட்டில்.

'ஏதென்ஸில் நிலவும் ஜனநாயகம் அநீதிக்கு ஆதரவான ஜனநாயகம். இந்த ஜனநாயகத்துக்கு மாற்றாக ஒரு புதிய ஜனநாயகம் உருவாக்கப்பட வேண்டும். உண்மையான தத்துவ அறிஞர்கள் கைக்கு அரசியல் அதிகாரம் வரும்போதுதான் அது சாத்தியப்படும்' என்றார் பிளேட்டோ. பிளேட்டோவைப் பொறுத்த வரை ஒரு கொள்கையாக மட்டுமே இருந்த அந்தக் கனவை ஒரு மனிதர் நனவாக்க முயன்றார். அவர்தான் அரிஸ்டாட்டில். தனது மாணவன் அலெக்ஸாண்டரைப் பேரரசனாக உருவாக்கி அவன் மூலம் ஓர் உலகளாவிய ஜனநாயக அரசைக் கட்டமைக்க வேண்டும் என்பது அவருடைய வேலைத்திட்டமாக இருந்தது.

6

கிரேக்கத் தத்துவஞானி அரிஸ்டாட்டில் மாசிடோனியாவில் பிறந்தவர். மாசிடோனிய மன்னரும், மாவீரன் அலெக்ஸாண்டரின் தந்தையுமான பிலிப்பிடம் அரிஸ்டாட்டிலின் தந்தை மருத்துவராக இருந்தார். மன்னர் பிலிப் தன் மகன் சிறுவன் அலெக்ஸாண்டருக்குக் கல்வி கற்பிக்க விரும்பினார். அப்போது அவர் கண்களில் அரண்மனை வைத்தியரின் மகனான அரிஸ்டாட்டில் தென்பட்டார். அந்தத் தருணத்தில் அரிஸ்டாட்டில், ஏதென்ஸ் நகருக்குப் போய் அங்கிருந்த புகழ் பெற்ற பிளேட்டோ அகடமியில் கல்வி கற்று மாசிடோனியா திரும்பியிருந்தார்.

அரிஸ்டாட்டிலுக்குத் தத்துவத்தில் ஈடுபாடு இருந்தது. அவரது தந்தை மருத்துவர் என்பதால், அவர் மூலம் உடலியல் சார்ந்த ஞானமும் இருந்தது. இதனால் அவர் கிரேக்கத் தத்துவஞானிகளில் ஓர் உடலியற்கூறு அறிஞராகவும், உடலியற்கூறு அறிஞர்களில் ஒரு தத்துவவாதியாகவும் இருந்தார். அரிஸ்டாட்டிலைத் தர்க்கத்தின் தந்தை எனலாம். அறிவைப் பெறுவதற்கு தர்க்கம்தான் வழிகாட்டி என்று அவர் சொன்னார்.

பிளேட்டோ புலனறிவை நிராகரித்து விட்டு, உள்ளுணர்வைப் பெரிதும் நம்பினார். இதன் விளைவாக, புற உலகைப் பார்க்க விரும்பாமல் தம் கண்களை மூடிக்கொண்டார். அவருடைய மாணவரான அரிஸ்டாட்டிலோ, அதற்கு முற்றிலும் எதிரான நிலைப்பாட்டை எடுத்தார். உள்ளுணர்வைவிட புற உலகையே பெரிதும் நம்பினார். தன்மைச் சுற்றிலும் புறவுலகில் காணப்படும் விஷயங்களைக் கூர்ந்து கவனித்தார். பிளேட்டோ கற்பனாவாதி. கவிதை நடையில் எழுதுவார். அரிஸ்டாட்டிலோ யதார்த்தவாதி. அலங்காரமற்ற நடையில் எழுதுவார். அவர் பல நூல்கள் எழுதினார். தமது காலத்தில் அறியப்பட்டிருந்த அனைத்து சிந்தனைகளையும் நூல் வடிவில் தொகுத்தார்.

பொருள்களுக்கு முன்னரே கருத்துகள் (ஐடியாஸ்) தோன்றி விட்டன என்பது பிளேட்டோவின் வாதம். அதாவது, குதிரை என்ற விலங்குக்கு முன்பே குதிரை என்ற கருத்து தோன்றிவிட்டது என்பது அவர் கோட்பாடு. குதிரை என்பது புற உலகம் சார்ந்தது. புற உலகைக் கடந்த வெளி உலகம் ஒன்று இருக்கிறது. அதுதான் மெய்யான உலகம். நாம் காணும் புற உலகம் பொய்யானது. அந்த மெய்யான உலகில் நிஜமான குதிரை இருக்கிறது. அந்த நிஜக் குதிரையின் நிழல்தான் இந்த உலகில் நாம் காணும் குதிரை என்பது பிளேட்டோவின் கோட்பாடு. ஒரு குகை இருக்கிறது என்று வைத்துக்கொள்வோம். அந்தக் குகையில் சிலர் உட்கார்ந்து இருக்கிறார்கள். அவர்களுக்குப் பின்னால் தீ எரிந்துகொண்டிருக் கிறது. அந்தத் தீயின் வெளிச்சம் குகைச் சுவரில் படுகிறது. குகைக்கு வெளியே நடமாடும் மனிதர்கள், விலங்குகள் ஆகியவற்றின் நிழல்கள் அந்தக் குகைச் சுவரின் மீது விழுகின்றன. அந்த குகையைப் போன்றதுதான் இந்த உலகம். குகையினுள் அமர்ந்திருப்பவர்கள் நாம். குகைக்கு வெளியிலிருந்து விழும் நிழல்கள்தான் நாம் இந்த உலகில் காணும் பொருள்கள். ஆகவே, குகைக்கு வெளியே திரியும் குதிரையின் நிழல்தான் நாம் பார்க்கும் குதிரை என்பது பிளேட்டோவின் கொள்கை. இந்தக் கருத்தையே தனது நாடகம் ஒன்றில், 'இந்த நிழல்கள் யாருடையவை?' என்று எழுதினார் மகாகவி ஷேக்ஸ்பியர். அதைக் கையாண்டு மௌனி தனது சிறுகதை ஒன்றில், 'நாம் யாருடைய நிழல்கள் என்று கேள்வி எழுப்பினார்.

அரிஸ்டாட்டில் அந்தக் கோட்பாட்டை ரத்து செய்தார். குதிரை என்ற கருத்து மனித மனத்தில் எவ்வாறு உண்டாகிறது? பல குதிரைகளை நேரில் பார்த்த பின்னரே, குதிரை என்ற பொருள் ஒரு கருத்தாக மாறி நம் மனதில் பதிவாகிறது. குதிரையே இல்லாத ஓர் உலகில் குதிரை என்ற கருத்து தோன்ற வழியே இல்லை என்பது அரிஸ்டாட்டிலின் வாதம்.

ஒரு நியாயமான ஜனநாயகம் சாத்தியப்பட வேண்டுமானால், அரசதிகாரம் தத்துவவாதிகளின் கைகளில் ஒப்படைக்கப்பட வேண்டும் என்பது பிளேட்டோவின் கோட்பாடு. இது கற்பனா வாதம் என்று அரிஸ்டாட்டில் நினைத்தார். ஏனெனில், மன்னர்களே தங்களுக்குள் அதிகாரத்தைக் கைப்பற்ற ஒருவரை

ஒருவர் அடித்துக்கொண்டு சாகிறார்கள். அப்படி இருக்க, அதிகாரம் எப்படித் தத்துவவாதிகள் கைக்கு வரும்? எனவே, அரிஸ்டாட்டில் வேறு மாதிரி யோசித்தார். தத்துவவாதியின் கைகளில் அரசு வருவதைவிட ஓர் அரசனைத் தத்துவவாதியாக மாற்றுவது எளிது என்று அவருக்குப் பட்டது. அரிஸ்டாட்டிலின் இந்தப் புதிய கோட்பாட்டைப் பிரயோகித்துப் பார்ப்பதற்குத் தோதாக ஒரு வெள்ளை எலி அவரது சோதனைச் சாலைக்கு வந்து சேர்ந்தது. அந்த எலிதான் பின்னாளில் உலகம் வியந்து போற்றும் அளவுக்கு உயர்ந்த மாவீரன் அலெக்ஸாண்டர்.

அரிஸ்டாட்டில் தத்துவஞானி மட்டுமல்ல; ஓர் அரசியல் அறிஞரும்கூட. அவர்தான் மனிதனை 'அரசியல் பிராணி' (பொலிடிகல் அனிமல்) என்று சொன்னார். அவர் ஆட்சி அதிகாரத்தை மூன்றாக வகைப்படுத்தினார். ஒன்று: மன்னராட்சி, இரண்டு: குழுவால் ஆளப்படும் ஆட்சி; மூன்று: தத்துவவாதியான ஒரு மன்னனின் தலைமையின் கீழ் நடத்தப்படும் ஜனநாயக ஆட்சி. இந்த மூன்றாவது வகை ஆட்சியைச் செயல்படுத்துவதே அவருடைய லட்சியம். இவ்விதமாக பிளேட்டோ முன்வைத்த 'குடியரசு' என்ற கோட்பாடு அரிஸ்டாட்டில் மூலமாக 'உலகக் குடியரசு' என்று விரிவாக்கப்பட்டது. அந்த உலகக் குடியரசு ஜனநாயகத்தன்மை வாய்ந்ததாக இருக்க வேண்டும் என்பது முக்கியம். அதற்காகவே அரிஸ்டாட்டில் அலெக்ஸாண்டரைத் தயார் செய்தார். உலகத்தை ஜெயிக்க வேண்டும் என்ற வெறியை அவனுள் தூண்டினார்.

'உன் தந்தை பிலிப் ஒரு காலத்தில் தீப்ஸில் பிணைக்கைதியாக இருந்தார். அவரால் தனது திறமையால் மாசிடோனியாவுக்கு மன்னனாக முடிந்திருக்கிறது. ஏதென்ஸின் ஆளுகையில் இருந்த பல குட்டி ராஜ்யங்களைத் தன் கட்டுப்பாட்டின் கீழ் கொண்டு வந்திருக்கிறார். இப்போது அவரது குடையின் கீழ் ஒரு கிரேக்க அரசு நிர்மாணிக்கப்பட்டிருக்கிறது. அவரது சாதனைகளை நீ முறியடிக்க வேண்டும். அவர் உருவாக்கியது வெறும் கிரேக்க அரசை மட்டும்தான். நீயோ ஓர் உலக அரசை நிர்மாணிக்க வேண்டும்' என்றெல்லாம் கூறி அவனுள் வெறியைத் தூண்டினார். கடும் பயிற்சிகளாலும், போர்த்தந்திர முறைகளாலும் தன்னை அவன் வளர்த்துக்கொள்ள உதவினார். ஹோமரின் காவியமான

இலியாத்தை அவன் கையில் கொடுத்து 'இதைத் தினமும் படி' என்றார். 'அவனைப் போல் நீ எல்லா தேசங்களையும் வெல்ல வேண்டும்' என்று கட்டளையிட்டார்.

இலியாத்தை அலெக்ஸாண்டர் எப்போது அரிஸ்டாட்டிலிட மிருந்து பெற்றானோ, அன்று முதல் தினமும் படிக்க ஆரம்பித்தான். இலியாத் காவியத்தில் வரும் காவிய நாயகன் அகிலஸாகத் தன்னை உணர்ந்தான் அலெக்ஸாண்டர். அந்த நூல் அனேகமாக அவனுக்கு ஒரு வரைபடம் போலவே பயன்பட்டது. இலியாத்தில் வரும் ஊர்கள், சாலைகள் எல்லாமும் அவனுக்கு மனப்பாடமாகத் தெரியும். அவற்றை எல்லாம் போர் புரிந்தவாறு கடந்தான். அயோனியா, சிரியா, போனீஷியா, டையர் என்று பல நாடுகளை வென்றான். ஜெருசலேம் தானாகவே இவன் காலடியில் வந்து விழுந்தது. எகிப்து அவனைக் கடவுளாக ஏற்றுக்கொண்டது. தான் வாழும் காலத்தில் உலகம் என்று அறியப்பட்ட மொத்த நிலப் பரப்பும் அலெக்ஸாண்டர் வசம் வந்தது. தனது நெடுங்காலக் கனவான உலக ஜனநாயகக் குடியரசு சாத்தியப்படப் போவதாக அரிஸ்டாட்டில் நம்பினார். ஆனால், அலெக்ஸாண்டரின் சிந்தனை வேறு மாதிரி இருந்தது. உலகை சர்வ அதிகாரங்களுடன் ஆளப் போகும் பேரரசனாக அவன் தன்னை நினைத்துக்கொண்டான். வாள்முனையில் வன்முறை மூலம் பெறப்பட்ட நிலத்தைத் தொடர்ந்து தக்கவைத்துக்கொள்ள வேண்டுமானால், வாள் என்ற வன்முறைக் கருவியையும் தொடர்ந்து கையில் வைத்துக் கொள்ளத்தான் வேண்டும். ஜனநாயகம் என்ற பெயரில் வாளைக் கீழே வைப்பது தற்கொலைக்குச் சமம் என்று அவனுக்குத் தோன்றியது. உலகாளும் ஒரு பேரரசனுக்கு ஜனநாயகம் தேவை இல்லை என்பது அவனது கோட்பாடாக இருந்தது. தனது அன்புக்கும் மரியாதைக்கும் உரிய ஆசானை வேறு வழியின்றி அவன் மீற வேண்டியிருந்தது.

இப்போது அரிஸ்டாட்டிலுக்குத் தனது கனவு மெய்ப்பட வில்லை என்பது தெரிந்தது. பழைய ஏதென்ஸின் ஜனநாயகமே பரவாயில்லை என்று தோன்றியது. அதைக் கைவிட்டு இப்போதைய சர்வாதிகாரத்துக்கு வழிகோலியது எத்தனை பெரிய பிசகு என்பதை உணர்ந்தார்.இந்த நிலைமையும் வெகு காலத்துக்கு நீடிக்கவில்லை. வெற்றியின் உச்சத்தில் இருந்த போதே, தனது

முப்பத்திரண்டாவது வயதில் மாவீரன் அலெக்ஸாண்டர் மலேரியா நோய்வாய்ப்பட்டு மரணமடைந்தான். அவன் உயிர் பிரியும் போது அவனது கடைசி வார்த்தைகள் அவன் உதட்டி லிருந்து உதிர்ந்தன: 'என் ஆசான் அரிஸ்டாட்டிலைக் காப்பாற்றுங்கள்'

அலெக்ஸாண்டரின் மரணத்துக்குப்பின்—அவன் முன்கூட்டியே ஊகித்த மாதிரியே—அலெக்ஸாண்டரின் எதிரிகள் அதிகாரத்தைக் கைப்பற்றப் போராடினார்கள். அவர்களால் அரிஸ்டாட்டில் வேட்டையாடப்பட்டார். தன் உயிரைக் காத்துக்கொள்ள அவர் ஏதென்ஸிலிருந்து தப்பியோடு ஓர் அண்டை நாட்டில் தஞ்சம் புகுந்தார். அந்த நாட்டில் தலைமறைவு வாழ்க்கையை மேற் கொண்ட அவர் தனது மகத்தான கனவு தோல்வியடைந்ததை நினைத்து நினைத்து மறுகி உயிர் நீத்தார். அவருடைய உலக ஜனநாயக அரசு என்ற கோட்பாடும் அவருடன் சேர்ந்து மரண மடைந்தது.

7

அலெக்ஸாண்டரின் மரணம் கிமு 323இல் நிகழ்ந்தது. அவனுடைய குரு அரிஸ்டாட்டிலின் மரணம் கிமு 322இல் நேர்ந்தது. அலெக்ஸாண்டரின் மரணம் அவன் உருவாக்க இருந்த உலகப் பேரரசைக் கலைத்துப் போட்டது என்றால், அரிஸ்டாட்டிலின் மரணம் கிரேக்கத் தத்துவ இயலை ஒரு முடிவுக்குக் கொண்டு வந்தது. அதன் பிறகு 300 ஆண்டுக் காலத்துக்கு ஹெல்லினிய அரசுகள் எனப்படும் மாசிடோனியா, சிரியா, எகிப்து ஆகிய நாடுகள் ஆட்சி செலுத்தின. கிமு 338இல் நடந்த ஷெரோனியா யுத்தத்தில் கிரேக்கம் தோல்வியுற்றது. அதைத் தொடர்ந்து கிரேக்கத்தில் விரக்தி மனோபாவம் நிலவியது. அதன் விளைவாக கிரேக்கத்தில் ஒரு விரக்திக் கோட்பாடு பிறந்தது. அதன் பெயர் சினிக் (cynic). அவநம்பிக்கைக் கோட்பாடு என்று பொருள் தரும் அந்தக் கோட்பாட்டை உருவாக்கியவர் சாக்ரடீஸின் மாணவர்களில் ஒருவரான ஆண்டிஸ்தனிஸ்.

தத்துவம் அரசியலைப் பாதிக்கிறது; அரசியல் தத்துவத்தைப் பாதிக்கிறது என்பதற்கு இந்த சினிக் கோட்பாடு ஓர் எடுத்துக்காட்டு. இன்பம் என்பது சுகபோகத்திலோ, அதிகார பலத்திலோ, ஆரோக்கியத்திலோ இல்லை. இவை யாவும் நிரந்தரமானவை அல்ல. உண்மையான இன்பம் நிரந்தரமானது. அதை அடைதலே நல்லது என்று ஆண்டிஸ்தனிஸ் உபதேசித்தார். அதன் விளைவாக இன்ப மறுப்பே இன்பம் என்ற விபரீத சித்தாந்தம் கைக்கொள்ளப் பட்டது. இதற்கு டயோஜினஸை உதாரணமாகக் கூறலாம்.

புகழ்பெற்ற தத்துவவாதியான டயோஜினஸ் ஆண்டிஸ்தனிஸின் மாணவர். அவர் ஒரு பீப்பாயில் குடியிருந்தார். ஒரு கோவணம் மட்டுமே உடுத்தி இருந்தார். கையில் ஒரு பிச்சைப் பாத்திரம் மட்டுமே வைத்திருந்தார். அவரிடம் இழப்பதற்கு என்று ஏதும் இல்லை. எனவே, அவர் துக்கப்படுவதற்கும் காரணங்கள் ஏதும் இல்லை. ஆக, மனிதன் நெருக்கடிக்கு ஆளாகும்போது மறுக்கப்படும் இன்பத்தைத் தானே வலிய மறுத்து ஒதுக்கி, அதை இன்பமாகப் பார்க்கும் விசித்திர உளவியல் உருவாகிவிடுகிறது.

கிரேக்க அரசு அரசியல் நெருக்கடிக்கு ஆளானதன் விளைவாகத் தோன்றிய வாழ்க்கையின் நிச்சயமின்மை, தனிமனித மனத்தின் நிலையாமை சிந்தனையை மக்கள் மனத்தின் கூட்டுச் சிந்தனை யாக வடிவமைத்துவிட்டது. இதுதான் சினிக் கோட்பாடு தோன்றக் காரணம் எனலாம்.

சினிக்குகளைத் தொடர்ந்து அடுத்ததாக வந்தவர்கள் 'ஸ்டாயிக்'குகள். இது ஒரு நடுநிலைக் கோட்பாடு. ஜீனோ என்னும் தத்துவ அறிஞர் இந்தக் கோட்பாட்டை உருவாக்கினார். 'வாழ்க்கையில் இன்பம் துன்பம் இரண்டையும் சமமாகப் பாவிக்க வேண்டும்' என்பது இவர்கள் கருத்தியல். துன்பத்தைப் பார்த்து அஞ்சவும் வேண்டாம்; இன்பத்தை ஒதுக்கவும் வேண்டாம் என்பது அவர்கள் எண்ணம். எது செயலாற்றுகிறதோ அதுவே உண்மை என்று அவர்கள் கருதினர். செயலில்லாத ஒரு பொருளை அவர்கள் இருப்பதாக ஒப்புக்கொண்டதில்லை. அடுத்ததாக அவர்கள் ஒருமைக் கொள்கையாளர்களாக இருந்தார்கள். அதாவது, இயற்கை, கடவுள், அதிருஷ்டம் போன்ற எல்லாமே ஒன்றுதான் என்பது அவர்கள் நம்பிக்கை. 'எல்லா மனிதர்களும் சகோதரர்களே; கடவுள் எல்லாருக்கும் தந்தை' என்பது அவர்களின் பிரகடனம்.

ஸ்டாயிக்குகளின் கருத்தை மறுக்க விரைவிலேயே ஒருவர் வந்து சேர்ந்தார். அவர் பெயர் எபிகூரஸ். சினிக்குகளும், ஸ்டாயிக்குகளும் கொண்டிருந்த இன்ப மறுப்புக் கொள்கையை இவர் நிராகரித்தார். இன்பத் துய்ப்புக் கொள்கையை இவர் முன் வைத்தார். இவர் தமது முன்னோடியான அரிஸ்டப்பஸ் என்பவரின் இன்பக் கொள்கையையும், டெமாக்ரடிஸின் அணுக்கொள்கை யையும் ஒன்றிணைத்துத் தம் கோட்பாட்டை நிறுவினார்.

மனிதனை மகிழ்ச்சியான வாழ்வை நோக்கி அழைத்துச் செல்வதுதான் தத்துவத் துறையின் இலக்காக இருக்க வேண்டும் என்பது எபிகூரசின் கருத்து. 'உலகம் எண்ணற்ற பரமாணுக்களால் ஆனது. அவை ஒன்றுடன் ஒன்று இணைந்தும் பிரிந்தும் இயங்கிக் கொண்டிருக்கின்றன. இந்த அணுக்களின் இணைப்பில்தான் மனிதன் உருவானான். வாழ்வின் இறுதியில் இந்த அணுக்கள் சிதறிவிடும். ஆகவே, மகிழ்ச்சி அடையும் வாய்ப்பு தற்போதைய வாழ்க்கைக்குப் பிறகு கிடைக்கப் போவதில்லை. எனவே, மனிதன் இப்போதே இன்பம் அடையும் முயற்சிகளில் ஈடுபடவேண்டும்' என்பது எபிகூரசின் வாதம். அவர்கள் இந்த இன்பக் கோட்பாட்டை சமுதாயம் முழுவதற்குமாக பரிந்துரை செய்தார்கள். 'இன்பம் நல்லது; அது சிறந்தது. இன்பத்தை நாம் பெற வேண்டும். அதில் தவறில்லை. அதே சமயம் ஒவ்வொரு இன்பத்துக்கும் ஒரு பக்க விளைவு உண்டு. எனவே, குறுகிய காலத்துக்கு மட்டும் வரும் இன்பத்தைவிட நீண்ட காலத்துக்கு வரும் நீடித்த இன்பத்தை நாம் முயன்று பெறவேண்டும்' என்பது அவர் கருத்து. அவருடைய பொருள் முதல்வாதமும் கொஞ்ச காலம் ஆட்சி செய்தது. அதன் பிறகு வந்த இடைக்காலம் எனப்படும் கிபி 5ஆம் நூற்றாண்டு முதல் கிபி 15ஆம் நூற்றாண்டு வரையிலான காலகட்டம் இருண்ட காலம் எனப்படுகிறது.

இடைக்காலம் புதிய மதங்களை அறிமுகப்படுத்தியது. பழைய மூட நம்பிக்கைக்குப் பதிலாகப் புதிய மூடநம்பிக்கைகளை விதைத்தது. பகுத்தறிவுச் சிந்தனைகள் மழுங்கடிக்கப்பட்டன. அதை மீறும் சிந்தனையாளர்கள் தண்டிக்கப்பட்டனர். பகுத்தறிவுச் சிந்தனையைத் தூண்டும் நூல்கள் இருக்கலாம் என்ற சந்தேகத்தின் பேரில் அலெக்ஸாண்டிரியாவில் இருந்த நூலகங்கள் பல எரிக்கப் பட்டன. பெண் கணித மேதையான ஹிபாஷியா மதவாதிகளால் படுகொலை செய்யப்பட்டார். அதன் பிறகு வந்த 700 ஆண்டு களுக்கு கிரேக்கமும், அதன் நீட்சியான ஐரோப்பாவும் நெடிய மௌனத்தில் மூழ்கியிருந்தன.

13ஆம் நூற்றாண்டில் மறுமலர்ச்சி யுகம் தோன்றும் வரை இந்த நிலை நீடித்தது. மதவாதிகளின் கையில் அரசு இருந்தது. அவர்கள் மண்டை நிறைய கடவுள் நம்பிக்கையும் மூடநம்பிக்கையும் நிறைந்திருந்தன. மறுமலர்ச்சி யுகம்தான் மனிதனைக் கடவுளின்

பிடியில் இருந்து விடுவித்து, தன்னைப் பற்றிச் சிந்திக்குமாறு செய்தது. மார்சிலியோ பிசினோ என்ற சிந்தனையாளர், 'மனித உருவிலிருக்கும் இறைவனே, உன்னை நீ அறிந்துகொள்' என்று முழக்கமிட்டார். பைக்கோ டெல்லோ மிராண்டோ என்னும் இன்னொரு சிந்தனையாளர், *மனித மாண்பைக் குறித்த ஒரு சொற்பொழிவு* என்னும் நூல் ஒன்றை எழுதினார். இவை மனிதனைப் பற்றிய சனாதன மனநிலையிலிருந்து விலகி ஒரு பெரும் பாய்ச்சலை நிகழ்த்தின.

இடைக்காலம் முழுவதுமே கடவுளைப் பற்றிய சிந்தனை மட்டுமே மேலோங்கி இருந்தது. மனிதன் புறக்கணிக்கப் பட்டவனாக இருந்தான். அப்படிப்பட்ட கோட்பாடு மறுமலர்ச்சிச் காலத்தில் நிராகரிப்புக்கு உள்ளானது. பழைய கோட்பாடு அப்படியே திருப்பிப் போடப்பட்டு மனிதன் முன்னணியிலும் கடவுள் பின்னணியிலும் தள்ளப்பட்டனர். மனித மாண்பைக் கொண்டாடிய போதும், மறுமலர்ச்சிக்காலம் மனிதனைக் கொல்லவும் செய்தது. மறுமலர்ச்சிக்கால சிந்தனையாளரான ஜியாடர்னோ ப்ரூனோ தனது அறிவார்ந்த சிந்தனைகளுக்காகக் கட்டி வைத்துத் தீமூட்டி எரித்துக் கொல்லப்பட்டார். மறுமலர்ச்சி யுகம் கலீலியோ, ஃபிரான்சிஸ் பேக்கன், கோப்பர் நிக்கஸ் போன்ற அறிவியல் அறிஞர்களைத் தோற்றுவித்தது. கெப்ளர் புதிய வானவியல் கொள்கையை அறிமுகம் செய்ததும் இதே மறுமலர்ச்சிக்காலத்தில்தான்.

பதினைந்து, பதினாறாம் நூற்றாண்டுகளில் ஐரோப்பாவில் மதத்தின் பிடியிலிருந்தும் மூடநம்பிக்கையின் ஆதிக்கத் திலிருந்தும் மனிதனை விடுவிப்பதற்குப் பல சிந்தனையாளர்கள் தோன்றினார்கள். அதே காலகட்டத்தில் நமது நாட்டில் உலகத்தை வெறுத்து சன்னியாசம் மேற்கொள்ளும் துறவுநிலையைப் பரிந்துரை செய்யும் ஆன்மிகவாதிகள் பெருகிக்கொண்டிருந்தார்கள்.

இடைக்கால மூடநம்பிக்கைகளை முதன்முதலில் எதிர்த்தவராக ஸ்பைனோசாவைக் குறிப்பிடலாம். 1632ஆம் ஆண்டு ஹாலந்தில் பிறந்த இவர் பகுத்தறிவுச் சிந்தனைகளால் ஈர்க்கப்பட்டார். தனது சுதந்திரமான சிந்தனைகளுக்காகத் தன் மதத்திலிருந்து நீக்கப் பட்டார். 'எல்லா சாஸ்திரங்களையும் மத நூல்களையும்விட நம்

அறிவே நம்பத்தகுந்தது. எதுவாக இருந்தாலும் பகுத்தறிவு என்னும் உரைகல்லில் உரைத்துப் பார்த்தே உண்மையைக் கண்டறிய வேண்டும்' என்பது அவர் கொள்கை. 'ஒரு முடிவுள்ள பொருள் தன்னிலைக்காக மற்ற கணக்கற்ற சக்திகளைச் சார்ந்து இருக்கிறது. இந்தக் கணக்கற்ற சக்திகளிலும் ஒவ்வொன்றும் தன்னிலைக்காக இன்னும் பல கணக்கற்ற சக்திகளைச் சார்ந்து இருக்கிறது. இவ்விதமாக ஒன்றின் அடிப்படையில் மற்றொன்று, அதன் அடிப்படையில் வேறு ஒன்று; அதன் அடிப்படையில் இன்னொன்று... இப்படிச் சொல்லிக்கொண்டே போனால், நாம் ஒரு முடிவுக்கு வர இயலாத அளவுக்கு இது போய்க்கொண்டே இருக்கும். இந்தச் சக்தி இயற்கையானது. இதை அளிப்பதற்குக் கடவுள் என்று யாரும் தேவை இல்லை. இயற்கை என்பது இயங்கிக்கொண்டிருப்பது. மனிதர்கள் இரண்டை மட்டுமே அறிவார்கள். ஒன்று: விரிவு. மற்றது: சிந்தனை. நம் கண்ணுக்கு எதிரே தெரியும் எல்லாம் பிரமைகளோ, மாயைகளோ அல்ல. எல்லாம் உண்மைகளே. இவை சதா மாறிக்கொண்டே இருக்கும். ஒரு போதும் மறையாது' என்பது அவரது கோட்பாடு.

இன்னொரு முக்கியமான சிந்தனையாளராக ரெனி தெக்கார்த்தேயைக் குறிப்பிடலாம். தெக்கார்த்தே நவீன தத்துவத்தின் தந்தை என்றே அழைக்கப்படுகிறார். இவர் ஒரு கணித மேதையும் கூட. கணிதத்தில் அல்ஜீப்ரா கணிதத்துக்கு இவர் அளித்திருக்கும் பங்களிப்பு முக்கியத்துவம் வாய்ந்தது. தத்துவவாதியான இவர் ஒரு கணிதவாதியாதலால் தத்துவத்தையும் ஒரு கணித சமன்பாடு போலவே பார்த்தார். 'நாம் எந்த ஒரு விஷயத்தையும் அப்படியே மொத்தமாக எடுத்துக்கொண்டு அது உண்மையா என்று பார்க்கக் கூடாது; மாறாக அதைத் துண்டுகளாக்கி அந்தத் துண்டுகளை ஒவ்வொன்றாக ஆய்வு செய்து பார்ப்பதன் மூலமே அந்தப் பொருளைப் பற்றிய உண்மையைப் புரிந்துகொள்ள முடியும்' என்பது அவருடைய கருத்து. அவருடைய புகழ்பெற்ற வாசகமாக, 'நான் சிந்திக்கிறேன்; அதனால் நான் இருக்கிறேன்' என்பதைக் குறிப்பிடலாம். 'நாம் தெளிவாகவும் சந்தேகத்துக்கு இடமின்றியும் காண்பதெல்லாம் உண்மையே' என்றும் அவர் சொன்னார். கடவுளைப் பற்றிப் பேசும் போது குழப்பமாகப் பேசினார். கடவுளைப் பற்றிய அவருடைய கருத்துகளுக்கு எதிர் மறையான எதிர்வினை

இருந்ததால் அவர் தனது கருத்தை எல்லோருக்கும் பிடித்தமாதிரி ஆக்க விரும்பினார். தெகார்த்தே தனது காலத்தில் ஒரு முற்போக்குச் சிந்தனையாளராக இருந்தும்கூட, தனது கருத்துகளால் மதவாதிகளின் வெறுப்புக்கு ஆளாக நேருமோ என்று அஞ்சினார். அவர்களுடன் சமரசமாகப் போகவும் செய்தார். இது மறுமலர்ச்சிக் காலத்தின் புரட்சிகர மனோபாவத்தையும், அதே சமயம் சமரசம் செய்துகொள்ள விரும்பும் கோழைத் தனத்தையும் எடுத்துக் காட்டுகிறது.

8

1724 ஆம் ஆண்டு ஜெர்மனியில் பிறந்த இம்மானுவேல் காண்ட் ஒரு முக்கியமான சிந்தனையாளர் எனலாம். அறிவின் மீதான இவரது கோட்பாடு முக்கியத்துவம் வாய்ந்தது. தனக்கு முன் நிலவிய அறிவின் மீதான கோட்பாடுகளை இவர் நிராகரித்தார். காண்டுக்கு முந்தைய தத்துவவாதிகள் தங்களைச் சுற்றியிருந்த உலகத்தைத் தங்கள் கண்களால் காண்பதை உண்மைத் தோற்றம் என்று நம்பினார்கள். காண்ட் அதைக் கேள்விக்குள்ளாக்கினார். 'ஒரு பொருளை நாம் கண்களால் பார்ப்பது வேறு; அது இயல்பில் இருப்பது வேறு' என்றார் அவர். ஒரு மரத்தை நாம் மஞ்சள் கண்ணாடி அணிந்து பார்த்தால் அது மஞ்சள் வண்ணத்தில் தெரியும். ஆனால், மரத்தின் அசல் தோற்றம் மஞ்சளாக இராது. கண்களால் காண்பதை அப்படியே ஏற்றுக்கொள்ள முடியாது' என்றார். இப்படி நாம் பெறும் அறிவின் மேல் சந்தேகத்தைக் கிளப்பியதால் இவரது கோட்பாட்டைச் சந்தேக வாதம் என்றும் சொல்வதுண்டு.

சரி என்பதற்கும் தவறு என்பதற்கும் உள்ள வேற்றுமை பகுத்தறிவு சார்ந்ததே அன்றி உளநெகிழ்ச்சி சார்ந்ததல்ல. இது ஒரு மனிதனின் உள்ளார்ந்த மனநிலை. சரி, தவறு, நல்லது, கெட்டது போன்ற பாகுபாடுகள் தத்துவமானது பகுத்தறிவுக்கும், அனுபவவாதத்துக்கும் இடையில் சிக்கிக்கொண்டு தடுமாறு வதைக் குறிக்கிறது.

'அறிவு என்பது முடிவின் வடிவத்தில் வெளிப்படுகிறது. நாம் அறிவு என்பதை முடிவின் மூலமே அடைகிறோம். நாம் அறிவின் மூலம் ஒரு விஷயத்தை ஆராயும் போது அதை ஆதரித்தாலோ அல்லது எதிர்த்தாலோ அந்த நிலைப்பாடு முடிவாகத்தான் வெளிப்படுகிறது. எல்லா முடிவுகளையும் அறிவு என்று கொள்ள முடியாது' என்பதெல்லாம் காண்டின் சிந்தனைகள்.

1787ஆம் ஆண்டு பிரெஞ்சுப் புரட்சி வந்த போது சில மாற்றங்கள் நிகழ்ந்தன. அப்போதுதான் மனிதன் பிறந்தான் என்றே சொல்ல வேண்டும். ஏனெனில், அதுவரை மனிதன் என்ற மாண்பை மனிதன் பெற்றதில்லை. மன்னன் பெரியவன். மக்கள் அவனுக்குமுன் உடைமைகள் அல்லது 'கீழ்ப்படிதலுள்ள பிராணிகள்' மட்டுமே. பிரெஞ்சுப் புரட்சிதான் சமத்துவம், விடுதலை, பெண்களுக்கான சுதந்திரம் போன்ற புதிய சிந்தனைகளைப் பிறப்பித்தது. அதுவரை பெண் என்பவள் இரண்டாம் தரக் குடிமகளாகவும், ஆண்களின் போகப்பொருளாகவும் மட்டுமே இருந்தாள். ஆணும் பெண்ணும் சமம் என்ற கருத்து தோன்றியதும் அப்போதுதான். அத்தகைய புதிய சூழ்நிலையில் தான் ஒரு புதிய கோட்பாடு பிறந்தது. அதன் பெயர் ரொமாண்டிசிசம். இதைத் தமிழில் மிகையுணர்ச்சிக் கோட்பாடு எனலாம்.

மறுமலர்ச்சிக் காலம், பரோக் யுகம், அறிவொளிக் காலம் ஆகியவை கடந்துபோன, பின்வந்த ரொமாண்டிக் காலம் மனித சிந்தனையில் பெரிய தாக்கத்தை ஏற்படுத்தியது. இதுதான் வாழ்க்கை பற்றிய மனிதனின் கடைசி அணுகுமுறை எனலாம். 'உணர்தல்', 'கற்பனை', 'அனுபவம்', 'ஏக்கம்' ஆகியவை ரொமாண்டிக் யுகத்தின் சொல்லாடல்களாகும்.

இதுவரை அறிவின் வெளிப்பாடு என்பது தத்துவவாதிகளின் கையில் இருந்தது. ரொமாண்டிக் யுகம் அதை மாற்றிப்போட்டது. அறிவின் வெளிப்பாடு என்பது கலைஞர்களின் கைக்கு வந்தது. எந்த ஒரு சிந்தனையையும் ஒரு தத்துவவாதியைவிட கலைஞனால் சிறப்பாக வெளிப்படுத்த முடியும் என்று கூறியது.

ஜெர்மன் தத்துவவாதியான இம்மானுவேல் காண்ட் ரொமாண்டிசிசத்தின் தந்தை என்று அறியப்படுகிறார். 'சுய அனுபவவாதத்தின் மூலம் அறியப்படும் அறிவே உண்மையான அறிவு' என்பது அவரது கொள்கை. எனவே சுயம் போற்றப்பட்டது. மனிதன் கொண்டாடப்பட வேண்டியவன் ஆனான். தன்முனைப்பு (ஈகோ) வணங்கப்பட வேண்டியதாயிற்று. காண்டின் கருத்தை ஷில்லர் என்ற ஜெர்மன் கவி வளர்த்தெடுத்து, 'கலை மட்டுமே நம்மை வெளிப்படுத்த முடியாததைக்கூட வெளிப்படுத்தும் தன்மைக்குக் கிட்டத்தில் கொண்டு போகிறது. எனவே, கலைஞன்

கடவுளுக்குச் சமம்' என்றார். இதன் விளைவாக கலைஞன் படைப்பாளி ஆனான். 'கடவுள் படைக்கிறார்; படைப்பாளியும் படைக்கிறான். எனவே படைப்பாளியும் ஒரு கடவுளே' என்பது ரொமாண்டிசிசத்தின் கோட்பாடு எனலாம். 'கலைஞன் என்பவன் உடல் உழைப்பில் ஈடுபட வேண்டியதில்லை; சோம்பலே கலைஞனின் லட்சியம்' என்றெல்லாம் ரொமாண்டிசிசத்தின் கோட்பாடுகள் நீட்சியடைந்தன.

ஒரு கலைஞன் தான்தோன்றியாக வாழலாம். ஒழுக்கம் மீறலாம். அதற்கான உரிமை அவனுக்கு உண்டு. அவனை அவனுடைய கலைத்திறமைக்காகக் கொண்டாட வேண்டும் என்றெல்லாம் ரொமாண்டிசிசம் தனது கோட்பாடுகளை விரிவு படுத்திக்கொண்டே போயிற்று. கலைஞனின் தலைக்குப் பின்னே ஒளிவட்டம் சுழன்றது. மாபெரும் கலைஞர்களான பீத்தோவன், பைரன், ஷெல்லி போன்றவர்கள் ரொமாண்டிசிசிஸ்டுகள்.

இதுவரை வந்த கருத்தியல்கள் கடவுளைக் கொண்டாடின; அல்லது நிராகரித்தன. ரொமாண்டிசிசமோ கடவுளைப் பொறுத்த வரை ஒரு புதிய நிலைப்பாட்டை எடுத்தது. கடவுள் உண்டு; அவருக்கு இரண்டு பக்கங்கள் உண்டு. ஒரு பக்கம் ஒளிவீசும் பக்கம் என்றால், இன்னொரு பக்கம் இருண்ட பக்கம் என்று புது விளக்கம் கொடுத்தது.

1844ஆம் ஆண்டு ஜெர்மனியில் பிறந்த பிரட்ரிக் நீட்ஷே இன்னொரு கருத்தை வெளியிட்டு அனைவரையும் திடுக்கிட வைத்தார். 'கடவுள் இறந்துவிட்டார்' என்பதுதான் அவருடைய அறிவிப்பு. 'கடவுளின் மரணம் மனித வாழ்க்கையில் அந்திம இருளையும், நம்பிக்கை வறட்சியையும் கொண்டு வந்திருக்கிறது. கடவுளற்ற இந்த உலகில் கடவுளின் இடத்தை நிரப்ப ஓர் அதி மனிதன் தேவை' என்றார் நீட்ஷே.

நீட்ஷேயின் கருத்துகள் அதுவரை நிலவிக்கொண்டிருந்த கோட்பாடுகளைத் தகர்த்தன. சிந்தனைகளில் புதிய வெளிச்சத்தைப் பாய்ச்சின.

உலகம் இயங்குவது பற்றி பலர் பலவிதமாக விளக்கி இருக்கிறார்கள். நீட்ஷே புது விளக்கம் தந்தார். 'உலகம் இயங்குவது அதிகாரத்துக்கான விருப்புறுதியால் மட்டுமே அல்லாமல்

வேறில்லை' என்றார் அவர். வாழும் மனிதர்கள் ஒவ்வொருவருக்கும் ஆசைகள் இருக்கின்றன. அந்த ஆசைகள் நிறைவேற அதிகாரம் தேவை. அதிகாரம் தன் கைவசப்படுவதன் மூலம், தனது ஆசை களை ஒருவன் நிறைவேற்றிக்கொள்ளும் போது மற்றவர்களின் ஆசைகள் விலக்கி வைக்கப்படுகின்றன. இதனால் தங்கள் ஆசைகள் விலக்கப்பட்ட மனிதர்கள் துன்பம் அடைகிறார்கள். தங்கள் ஆசை நிறைவேற வேறு சாத்தியங்கள் உண்டா என்று தேடுகிறார்கள். அப்போதுதான் அவர்களுக்குக் கடவுள், மதம் போன்ற புகலிடங்கள் தேவைப்படுகின்றன. இப்போது இரண்டு விதமான மனிதர்கள் இருக்கிறார்கள். ஒன்று, வெற்றியாளர்கள்; இரண்டு வெற்றியின்றி விலக்கப்பட்டவர்கள். இவர்கள் இருவருக்குமான உண்மை, அறிவு, அறம் போன்றவை ஒன்று அல்ல. அப்படி இருக்கவும் முடியாது. இவை யாவும் வெற்றியாளர்களுக்கும், விலக்கப் பட்டவர்களுக்கும் இடையே நிகழும் யுத்தமே. எனவே, உண்மை என்பது உண்மையான நிலவரம் அல்ல. பொருள்படுத்திப் பார்த்தலே.

உலகத் தத்துவ இயலில் நீட்ஷேயின் தத்துவங்கள் ஒரு புயலைக் கிளப்பின. மரபார்ந்த சிந்தனைகளுக்கு மாறாக ஒரு மாற்றுச் சிந்தனையை முன்வைத்தன.

நீட்ஷே வருவதற்கு முன் எல்லோரும் அறிவு, ஒழுக்கம், அறம் போன்றவை ஒன்று என்றே நினைத்தார்கள். நீட்ஷேதான் இவை யாவும் ஒற்றையானவை அல்ல. இரட்டைத்தன்மை கொண்டவை என்று சொன்னார்.

அதிகாரத்தைக் கையில் எடுத்த ஆண்டான் 'உழைத்து வாழ வேண்டும்' என்ற கருத்தைத் தன் அடிமையின் தலையில் சுமத்திவிட்டு தான் உழைக்காமல் சொகுசு வாழ்க்கை வாழ்கிறான். சோம்பித்திரிகிறான். அப்படியானால் 'உழைப்பே உயர்வு' என்பது அனைவருக்குமான சித்தாந்தம் இல்லை என்று புலப்படுகிறது அல்லவா? 'ஒருவனுக்கு ஒருத்தி' என்பது அடிமைகளுக்காகவே வடித்தெடுக்கப்பட்ட சித்தாந்தம். ஏனெனில், ஆண்டான்கள் அதைப் பொருட்படுத்துவதில்லை. எத்தனை பெண்டாட்டிகள் வேண்டுமானாலும் அவர்கள் வைத்துக் கொள்ளலாம். அதை யாரும் கேள்வி கேட்க முடியாது. என்வே, 'அடிமைகளே

ஆண்டான்களின் அறத்தைக் கைப்பற்றுங்கள்' என்று அறைகூவல் விடுத்தார் நீட்ஷே.

சிந்தனைக் களத்தில் நீட்ஷேயின் கோட்பாடுகள் வித்தியாசமானவை. அவற்றின் தாக்கம் மிகப் பெரியது. உலகப்புகழ் பெற்ற தத்துவவாதிகளான மார்டின் ஹைடெக்கர், ஜீன் பால் சார்த்தர், தெரிதா, ஃபூக்கோ போன்றவர்களை உருவாக்கியது நீட்ஷேயின் சிந்தனைகள்தாம் என்பது குறிப்பிடத்தக்கது.

9

இம்மானுவேல் காண்டுக்கும், பிரெடரிக் நீட்ஷேவுக்கும் இடைப் பட்ட காலத்தில் ஒரு முக்கியமான சிந்தனையாளர் தோன்றி இருந்தார். அவர் பெயர் ஹெகல். ஐரோப்பியத் தத்துவ இயலில் மிக முக்கியமான ஆளுமையான ஹெகல், காண்டின் கோட்பாடான 'பொருள் சாரம்' என்பதையும், 'பரமதத்துவ'த்தையும் நிராகரித்தார்.

காண்ட் ஒரு பொருளை, 'அதுவாக இருப்பது' (thing in itself) என்றும் 'நமக்காக இருப்பது' (thing for me) என்றும் இருவிதமாகப் பிரித்தார். நாம் பொருள்களை அது நமக்காக இருப்பது பற்றி மட்டும்தான் பேசுகிறோம். அது இயல்பில் அதுவாக இருப்பது பற்றி யோசிப்பது இல்லை. பொருள் அதுவாக இயல்பிலேயே இருப்பதுதான் பொருளின் சாரம் (*எசென்ஸ்*). பரமதத்துவம் என்பது கடவுளைக் குறிக்கும்.

காண்டின் கோட்பாட்டுக்கு பதிலாக, 'மனமும், உலகியல் சக்திகளும் வேறு வேறு இல்லை; இரண்டுமே ஒன்றோடொன்று இணைந்திருப்பவையே' என்றார் ஹெகல்.மனதுக்குத் தன் முத்திரையைப் பதிக்க ஒரு பௌதீக உலகம் தேவை. முத்திரையைப் பதிக்கத் துடிக்கும் மனமும், பதிக்கப்படும் உலகமும் மனம் சார்ந்தவையே. இவையே பரமதத்துவத்தின் பிரிக்க முடியாத பகுதிகள். இந்தப் பரமதத்துவம் காண்டின் பரமதத்துவத்திலிருந்து வேறுபட்டது. காண்டின் பரமதத்துவம் நிலையானது. மாறாதது. ஹெகலின் பரம-தத்துவமோ மாறுவது. அது சதா இயங்கிக் கொண்டே இருப்பது. உலகம் வினாடிக்கு வினாடி மாறிக்கொண்டே இருக்கிறது.

கருத்து, பகுத்தறிவு, உண்மை, ஞானம் ஆகியவை வளர்ச்சியின் வரிசையாகும். வளர்ச்சி என்பது கீழிலிருந்து மேல் நோக்கிப் போவது. ஒரு பொருள் வளர்ச்சி அடையும் போது, அது பல்வேறு உருவங்களை எடுக்கிறது. அந்த உருவங்கள் தங்களுக்குள்ளேயே முரண்படுகின்றன என்பது முக்கியமானது. ஒரே பொருளின் கூறுகள் வளர்ச்சியின் போது தங்களையே எதிர்த்துக்கொள் கின்றன. ஒரே உருவத்தின் பகுதிகளான அவை தங்களுக்குள் முரண்பாடுகளையும், எதிர்ப்புச் சக்திகளையும் உருவாக்கிக் கொள்கின்றன. முரண்பாடும் எதிர்ப்புத் தன்மையும் எல்லா விதமான வாழ்க்கைக்கும் மூலாதாரம் ஆகும். முரண்பாடு இல்லாவிட்டால், உலகில் உயிர் இருந்திருக்காது; வாழ்வு இருந்திருக்காது. ஒரு செடி முளைக்கிறது; வளர்கிறது; பூக்கிறது; காய்க்கிறது; பட்டுப்போகிறது. இந்த வளர்ச்சிப் போக்கு முரண்பாடுகளின் மூலமே சாத்தியப்படுகிறது.

ஒரு பொருள் வருகிறது. அதன் பிறகு வேறு ஒரு பொருள் வருகிறது. அவை இரண்டுக்கும் இடையே முரண்பாடு வருகிறது. அந்த இரு பொருள்களின் இரு கூறுகளும் ஒன்றிணைந்து மூன்றாவதாக வேறு ஒரு பொருள் புதிதாக உருவாகிறது. இதை இயக்கவியல் என்கிறார் ஹெகல். இதற்கு எடுத்துக்காட்டாக, நாம் தமிழ்நாட்டில் தோன்றிய திராவிடக் கட்சிகளின் வரலாற்றைப் பார்க்கலாம். முதலில் திராவிடர் கழகம் தோன்றியது. அது வளர்ச்சி அடைந்தது. வளரும் போதே அண்ணா போன்றவர்களால் உள்முரண், எதிர்ப்புகளால் பாதிக்கப்பட்டு இன்னொரு பொருள் உருவாகக் காரணமாக இருந்தது. அந்த இன்னொரு பொருள் திராவிட முன்னேற்றக்கழகம். இப்போது திராவிட முன்னேற்றக் கழகம் வளர்ந்தது. அதன் வளர்ச்சிப் போக்கில் உள்முரண், எதிர்ப்புகளை எம்ஜிஆர் உருவாக்கினார். பின்பு இன்னொரு பொருளை உருவாக்கினார். அதன் பெயர் அண்ணா திராவிட முன்னேற்றக்கழகம். இதுதான் இயக்கவியல். இது ஹெகலின் உலகப் புகழ்பெற்ற கோட்பாடாகும்.

உலகம் என்பது எப்போதும் படைப்பு உருவாக்கத்தில் இருக்கிறது. வளர்ச்சி என்பது தற்காலிகமானது அல்ல. அது நிரந்தரமாக நிகழ்ந்துகொண்டிருக்கும் நிகழ்வாகும். வளர்ச்சி என்பது சூன்யத்திலிருந்து வரவில்லை. இருக்கும் பொருள்களின்

இடையறாத மாற்றமாக அது நிகழ்ந்துகொண்டிருக்கிறது. ஆக, வளர்ச்சி என்பது மாறுதலே.

ஹெகலின் இன்னொரு புகழ்பெற்ற கோட்பாடு 'நிலை மறுப்பின் நிலை மறுப்பு' (நெகேசன் ஆஃப் த நெகேசன்) என்பதாகும். இதில் அறிவின் மூன்று நிலைகளை ஹெகல், கோட்பாடு (தீசிஸ்) > எதிர் கோட்பாடு (அண்டி-தீசிஸ்) > இணைந்த கோட்பாடு (சின்தசீஸ்) என்று வரையறுக்கிறார். இந்தக் கோட்பாடு கலை, இலக்கியம், தத்துவம், சமூகம், அறிவியல் போன்ற எல்லாத் துறைகளுக்கும் பொருந்தும். எல்லா விஷயங்களுமே கோட்பாடாக உருவாகி, எதிர்-கோட்பாடுகளால் முரண்படுத்தப்பட்டு, இணைந்த கோட்பாடுகளாக உருப்பெறுகின்றன. மீண்டும் அந்த இணைந்த கோட்பாடு ஒரு புதிய கோட்பாடாக நிலைபெற்று அதனுள் மீண்டும் எதிர்-கோட்பாடு தோன்றி அது முரண்பட்டு... இப்படியே இது தொடர்ந்து நிகழ்ந்துகொண்டே இருக்கும். இது பரிணாம வளர்ச்சி எனப்படும்.

உண்மையைப் பற்றிப் பேசும் போது ஹெகல், உண்மை என்பது அகம் சார்ந்தது என்கிறார். மனிதனின் அக உணர்வை மீறிய உண்மை என்று எதுவும் இல்லை. அறிவு என்பதே மனித அறிவைக் குறிக்கும். அப்படி இருக்க மனித அறிவை மீறிய உண்மை எவ்விதம் சாத்தியம் என்பது அவர் கோட்பாடு. ஹெகலுக்கு முந்தைய தத்துவவாதிகளான தெக்கார்த், ஸ்பைனோசா, ஹ்யூம், காண்ட் போன்ற அனைவரும் காலவரையற்ற ஓர் உண்மை பற்றிப் பேசினார்கள். ஹெகலோ அந்தக் கோட்பாட்டை மறுத்தார். மனித அறிவு என்பது அனுபவத்தின் மூலம் பெறப்படுவது. அது மாறிக்கொண்டே இருக்கும். மாறிக்கொண்டே இருக்கும் ஓர் உலகில் அறிவு மட்டும் எப்படி மாறாமல் இருக்க முடியும் எனும் கேள்வியை ஹெகல் எழுப்பினார். எனவே, காலத்தை மீறிய ஓர் உண்மையோ, அறிவோ இல்லை என்பது அவருடைய வாதம். உண்மையைப் பற்றிய தனது கொள்கையை புற உண்மை (ஆப்ஜெக்டிவ் ட்ரூத்) என்றும் ஹெகல் கூறுகிறார்.

எடுத்துக்காட்டாக, ஓர் ஆறு ஓடிக்கொண்டிருக்கிறது என்று வைத்துக்கொள்வோம். அந்த ஆற்றின் எந்தப் பகுதியை 'உண்மை'யான பகுதி என்று நாம் சொல்ல முடியும்? ஓடிக்

கொண்டிருக்கும் ஆற்றின் ஒவ்வொரு அசைவையும், அதன் ஓடும் வழியில் எதிர்ப்படும் மேடு பள்ளங்கள், வளைவுப்பாதைகள், அருவி போன்றவை தீர்மானிக் கின்றன. அதைப் போலவே, வரலாறு என்ற ஆற்றின் கரையில் நின்று நாம் பார்த்துக் கொண்டிருக்கிறோம். நாம் நின்றுகொண்டிருக்கும் இடத்தை வைத்து இதுதான் 'ஆற்றைப் பற்றிய உண்மையான அறிவு' என்று நாம் சொல்ல முடியுமா? அப்படிச் சொன்னால் அது உண்மை அறிவைக் குறுக்கிப் பார்ப்பது அல்லவா? எனவே, உண்மையை வரையறுப்பதில் சிக்கல்கள் உள்ளன என்கிறார் ஹெகல்.

ஹெகல் கூறும் விஷயங்களிலும், சில சிக்கல்கள் இருக்கின்றன. உலகில் மாற்றம் நிகழ்ந்துகொண்டிருப்பதாகக் கூறும் ஹெகல், எதிர்காலத்தில் வரப்போவது இப்போதே இருக்கிறது என்கிறார். இது மாற்றமின்மையை வலியுறுத்துகிறது. காண்டின் பரம தத்துவத்தை மறுக்கும் இவர் அதற்குப் பதிலாக, தாம் முன் வைக்கும் பரமதத்துவத்தில் எல்லாவற்றையும் போட்டு அடைக்கிறார். அதே போல் அவரது இயக்கவியல் சிந்தனையிலும் ஓர் ஆபத்து இருக்கிறது. முரண்பாடாக இருக்கும் இரண்டு விஷயங்கள் ஒன்றிணைந்து மூன்றாவதாக ஒரு புது விஷயம் உருவாகும் என்கிறார் அல்லவா? அதன்படி பார்க்கும் போது நன்மை என்பதற்குத் தீமை முரணான பொருளாக இருக்கிறது. இப்போது நன்மையைத் தீமை எதிர்த்து முரண்படும் போது நன்மையும் தீமையும் ஒன்றிணைந்து மூன்றாவதாக ஒரு புதிய பொருள் உருவாகும் என்று கொள்ளலாம். அப்படிக் கொள்ளும் போது தீமையும் நல்ல விஷயமே என்று அங்கீகரிப்பது போல இருக்கிறது. இதை ஆதரிப்பதாக இருந்தால் சமூகக் கொடுமைகளை நல்லதே என்று ஆதரிக்க வேண்டிய அவல நிலை நேரும்.

எது எப்படியோ, ஹெகல் உயிருடன் இருந்த வரை அவரது கோட்பாடுகள் அசைக்க முடியாதபடி உறுதியாக இருந்தன. மார்க்ஸியமே ஹெகலியத்தினால் கட்டமைக்கப்பட்டது என்பது குறிப்பிடத்தக்கது.

ஹெகல் இறந்த பத்தாண்டுகள் கழித்து ஐரோப்பாவில் ஒரு புதிய சிந்தனையாளர் தோன்றினார். அவர் ஹெகலின் கோட்பாடு களின் மீது போர் தொடுத்தார். ஹெகலின் உண்மை பற்றிய

கோட்பாட்டை நிராகரித்தார். உண்மை என்று தனியான பொருள் ஏதுமில்லை. உண்மை என்பது ஒற்றையான பொருள் அல்ல என்றார் அவர். உண்மை ஒன்று அல்ல; பல. ஒவ்வொரு மனிதனுக்கும் தனித்த உண்மை என்று உண்டு என்று அறிவித்து அனைவரையும் திடுக்கிட வைத்தார். அவர் பெயர் சோரன் கீர்க்கேகார்ட்.

10

'ஹெகலின் பிரச்சினை என்னவென்றால், அவர் தான் ஒரு தனி மனிதன் என்பதையே மறந்துவிட்டார் என்பதுதான். வரலாறு, மனித சமூகம் என்று பேசும் அவர் தானும் வரலாற்றில் இடம் பெற்றுள்ள ஒரு தனி நபர் என்பதைக் கவனிக்கத்தவறுகிறார்.' என்று கிண்டல் செய்த டென்மார்க் நாட்டு தத்துவமேதையான சோரன் கீர்க்கேகார்ட் உண்மை என்பது தனிப்பட்ட விஷயம் என்கிறார். எனக்கு எது உண்மை என்று படுகிறதோ அதுவே என் உண்மை; உனக்கு எது உண்மை என்று படுகிறதோ அது உனது உண்மை' என்று கூறும் அவர் உண்மையை நம்பிக்கை சார்ந்தது என்றும் கூறுகிறார். இயேசு கிறிஸ்து இருப்பது உண்மை என்று நம்பினால், அந்த நம்பிக்கையே அவருடைய இருத்தலுக்கான உண்மை என்பது அவர் அனுமானம்.

அதே போல், மயிர் பிளக்கும் தத்துவ விவாதங்களில் எல்லாம் அவருக்கு நம்பிக்கை இருந்ததில்லை. 'நான் ஓர் ஆற்றில் விழுந்து விட்டால், அந்த ஆற்றில் நான் விழுந்தது சுவாரஸ்யமாக இருக்கிறதா, இல்லையா; அந்த ஆறு எங்கிருந்து வருகிறது? எப்படிப்பட்டதாக இருக்கிறது என்பன போன்ற விசாரணைகளில் இறங்க மாட்டேன். அதிலிருந்து எப்படித் தப்பிப்பது என்பது பற்றி மட்டுமே யோசிப்பேன். இதுதான் இருத்தல் பற்றிய பிரச்சினை. இதுவே உண்மையான பிரச்சினை' என்றார் கீர்க்கேகார்ட்.

இதே போன்ற ஒரு கருத்தை புத்தரும் கூறி இருக்கிறார். 'ஒரு மனிதனின் மீது அம்பு பாய்ந்துவிட்டது என்றால், அந்த மனிதன் தன் மேல் பாய்ந்த அந்த அம்பு எதனால் செய்யப்பட்டது; எப்படிப்பட்டது; யாரால் ஏவப்பட்டது என்றெல்லாம் ஆராய்ந்து கொண்டிருக்க மாட்டான். அந்த அம்பிலிருந்து எப்படித் தப்பித்து உயிர் பிழைப்பது என்று மட்டுமே பார்ப்பான்' என்பது அவர் கருத்து.

கீர்க்கேகார்ட்தான் முதன்முதலாகத் தனிநபர் (single individual) மீதான கவனத்தை முன் வைத்தவர் எனலாம். அவருக்கு முந்தைய தத்துவவாதிகள் எல்லோரும், உலகம், மனிதகுலம், சமூகம் என்றே விரிந்த தளத்தில் பேசிக்கொண்டிருந்தனர். கீர்க்கேகார்ட் தான் எல்லாவற்றையும்விட தனிமனிதன் முக்கியம் என்றார். தனது நூலையே 'தனிநபருக்கு' என்று சமர்ப்பணம் செய்தார்.

கீர்க்கேகார்ட் தத்துவத் தளத்தில், 'இருத்தலியல்', 'அவ நம்பிக்கை', 'பதற்றம்' போன்ற சொல்லாடல்களை உருவாக்கினார். இவற்றையே பின்னாளில் வந்த மார்டின் ஹைடெக்கர், ழீன் போல் சார்த்தர் போன்றோர் கையாண்டனர் என்பது குறிப்பிடத் தக்கது.

ஒரு மனிதன் தன் வாழ்கையை எப்படி வாழ்கிறான் என்பதையே தனது ஆய்வுப் பணியாக அவர் மேற்கொண்டார். இதுவே உண்மையை அறியும் வழி என்று கண்டார். அவர் மனித வாழ்வை மூன்று நிலைகளாகப் பிரிக்கிறார். ஒன்று: அழகியல் நிலை; இரண்டு: அறவியல் நிலை; மூன்று: மதவியல் நிலை. அழகியல் நிலையில் வாழும் மனிதன் வாழ்வில் இன்பம் பெறுவதையே நோக்கமாகக் கொண்டிருக்கிறான். விருப்பம் போல் இவ்வுலக சுகங்களைத் துய்க்கிறான். அப்போது திடீர் என்று அவனுக்குள் பதற்றம் தோன்றுகிறது. இந்த இன்பம் நிலைக்குமா என்ற அச்சம் பிறக்கிறது. அந்த நிலவரம்தான் இருத்தலியல் நிலவரம் என்கிறார் கீர்க்கேகார்ட். இப்படிப்பட்ட நிலவரம் அவனை 'இதுவா' 'அதுவா' என்று அலைக்கழிக்கிறது. அவனை ஒரு தேர்வுக்குள் பிடித்துத் தள்ளுகிறது. அந்த இடம் தான் மதவியல். அது மனிதனைக் கடவுளிடம் போகுமாறு தூண்டுகிறது.

கீர்க்கேகார்டுக்குப் பின்னர் வந்த இன்னொரு தத்துவவாதியான மார்டின் ஹைடெக்கரும் ஒரு தனிமனிதவாதியே. 'கடந்த 2,000 ஆண்டுகால தத்துவ வரலாற்றில் பொருள்களின் இருத்தலைப் பற்றி யாரும் சரிவரப் புரிந்துகொள்ளவில்லை' என்றார் அவர். 'பொருள் இருக்கிறது என்று புரிந்துகொண்டவர்கள் அது தன்னுள் என்னவாக இருக்கிறது என்பதைப் புரிந்துகொள்ளவில்லை' என்பது அவருடைய கோட்பாடு. அதற்கு அடையாளமாக ஒரு

குறியீட்டை அவர் கண்டுபிடித்தார். ஒவ்வொரு பொருளின் பெயரையும் எழுதி அதன் மேல் பெருக்கல் குறி இட்டு, அந்தச் செய்கையை அழிப்பு (டெஸ்ட்ரக்சன்) என்று குறிப்பிட்டார். அதாவது வரலாறு என்று எழுதிவிட்டு, அதன் மேல் பெருக்கல் குறி இடும் போது அந்த வரலாற்றின் மீதான நம்பிக்கை இன்மையை அது சுட்டும். இது தெரிதாவின் தகர்ப்பு விமர் சனத்துக்கு முன்னோடி எனலாம்.

கீர்க்கேகார்டும் மார்டின் ஹைடெக்கரும் தங்களின் தனிநபர் வாத சிந்தனைகளாலும், இருத்தலியல் கோட்பாடுகளாலும் வேறொரு மனிதரைப் பாதித்தனர். அவர் பெயர் சார்த்தர்.

நீட்ஷேயின் 'கடவுளின் மரணம்' கோட்பாடு, கீர்க்கேகார்டின் 'பதற்றம்' கோட்பாடு, மார்டின் ஹைடெக்கரின் 'இருத்தலியம்' கோட்பாடு ஆகியவற்றின் அடிப்படையில் சார்த்தர் தனது இருத்தலியல் கோட்பாட்டைக் கட்டமைத்தார்.

சார்த்தருக்கு முன்னால் வந்த இருத்தலியல்வாதிகள் இருத்தல் என்பதை உயிருடன் இருத்தல் என்று அர்த்தப்படுத்தினார்கள். சார்த்தர் இருத்தல் என்பதை உயர்திணைக்கான இருத்தல் என்றும் அஃறிணைக்கான இருத்தல் என்றும் இரண்டாகப் பிரித்தார். அதாவது, அஃறிணைப் பொருள்களின் இருத்தல் 'அவற்றுக்குள்' இருக்கிறது. மனிதனின் இருத்தல் 'அவனுக் கானதாக' இருக்கிறது.

வாழ்க்கை என்பது அபத்தமானது. வாழ்க்கையின் இந்த அபத்தம் என்னை வாந்தி எடுக்கத் தூண்டுகிறது என்று சார்த்தர் அறிவித்தார்.

'நான் என்பது எனது பிரக்ஞை. பிரபஞ்சம் என்பது என்னைச் சுற்றி இருக்கும் வெளி. இதில் மொழி என்பது எனக்கும் என்னைச் சுற்றிலும் இருக்கும் பிரபஞ்சத்துக்கும் இடையே ஓர் இடையூறாக இருக்கிறது' என்றார் சார்த்தர்.

1940களில் சார்த்தரின் இருத்தலியல் கொள்கை மிகவும் பிரபலமான கோட்பாடாக இருந்தது. சார்த்தர் ஒப்பாரும் மிக்காரும் இல்லாத மாபெரும் சிந்தனையாளராக இருந்தார். அவருடைய சிந்தனைகள் கேள்வி கேட்பாரற்று சுதந்திரமாக உலவின.

'சார்த்தர் சொல்வது போல் மொழி என்பது வேறு; பிரக்ஞை என்பது வேறு அல்ல. நமது மொழியே பிரக்ஞையால் கட்டமைக்கப் பட்டதுதான்' என்று பின்நவீனத்துவவாதிகள் சொன்ன போது சார்த்தரின் இருத்தலியம் ஆட்டம் கண்டது.

ழாக் தெரிதா, மிஷல் ஃபூக்கோ, ரொலாண் பார்த் போன்ற பின்நவீனவாதிகள் சார்த்தரின் கோட்பாடுகளை ரத்து செய்த போது அதிர்ந்தது சார்த்தர் மட்டுமல்ல; மொத்த உலகமும்தான்.

11

ஐரோப்பிய இலக்கிய உலகில் இரண்டு விதமான கைத்தடிகளைப் பற்றிக் குறிப்பிடுவார்கள். ஒன்று ஃப்ரெஞ்சு எழுத்தாளர் பால்ஸாக்கின் கைத்தடி. இன்னொன்று: ஜெர்மன் எழுதாளர் ஃப்ரான்ஸ் காஃப்காவின் கைத்தடி.

பால்ஸாக்கின் கைத்தடி எதையும் உடைத்துவிடும். அந்த அளவுக்கு அது வலிமையானது. காஃப்காவின் கைத்தடியை எதுவும் உடைத்துவிடும். அது அந்த அளவுக்கு மென்மையானது. பால்ஸாக்கின் எழுத்து வாசகனின் அறச்சீற்றத்தைத் தூண்டும். காஃப்காவின் எழுத்தோ வாசகனிடம் நம்பிக்கை வறட்சியை ஏற்படுத்தும்.

ஐரோப்பியத் தத்துவத்துறையிலும் இதே போன்ற இரண்டு கைத்தடிகளை நாம் பார்க்கலாம். ஒன்று: கார்ல் மார்க்ஸின் கைத்தடி. இன்னொன்று: ழீன் பால் சார்த்தரின் கைத்தடி. மார்க்ஸின் கைத்தடியில், 'நீங்கள் அடிபட விரும்பும் பட்டறைக் கல்லாக இருந்தது போதும்; அடித்து நொறுக்கும் சம்மட்டிகளாக மாறுங்களேன்' என்ற ஜெர்மன் கவி கதேயின் கவிதை வரிகள் பொறிக்கப்பட்டிருப்பதாக வைத்துக்கொள்வோம்; சார்த்தரின் கைத்தடியிலோ, 'அடிபடும் பட்டறைக் கல்லே; நீ அடிபடுவதை விரும்பு. வலியைத் தாங்குவதே வாழ்க்கையின் சாரம்' என்று பொறிக்கப்பட்டிருப்பதாக அனுமானிக்கலாம்.

இருபதாம் நூற்றாண்டில் தோன்றிய இந்த இரண்டு இஸங்களும் எதிரும் புதிருமாக நின்று நவீனத்துவத்தை ஒரு முடிவுக்குக் கொண்டு வந்தன.

தொடக்கத்தில் மனித குல விடுதலையை மீட்க வந்ததாக நம்பப்பட்ட மார்க்ஸியம் ஸ்டாலின் அடக்குமுறையின் போது தனது நம்பகத்தன்மையை இழந்தது. ஹிட்லர் ஆரிய இனத்தின் மேன்மையை முன்வைத்து சர்வாதிகாரியாக இருந்து, யூதர்கள்

பலரை அநியாயமாகக் கொன்று குவித்தார். அதேபோல் ஸ்டாலினும் பாட்டாளி வர்க்கத்தின் மேன்மையை முன்வைத்து பல்லாயிரக்கணக்கான அப்பாவி மக்களைக் கொன்று குவித்தார். நோக்கம் வேறாக இருப்பினும், விளைவு ஒன்றுதான். இதன் விளைவாக மார்க்ஸியத்தின் மீது அவநம்பிக்கை வந்தது. அதே நேரத்தில் சார்த்தர் முன்வைத்த அவநம்பிக்கை வாதத்தையும் ஏற்றுக்கொள்ள இயலவில்லை.

அப்படியானால் என்னதான் செய்வது?

ஆயிரக்கணக்கான ஆண்டுகளாக நம்மை வழிநடத்தி வந்திருக்கும் கருத்துகள் மீதும் கோட்பாடுகள் மீதும் மனித மனம் சந்தேகம் கொண்டது. சிந்தனை மொழியால் ஆனது. எனவே முதலில் நாம் மொழியின் மீதான கவனத்தை மேற்கொண்டாக வேண்டும் என்று அறிஞர்கள் நினைத்தார்கள். இருபதாம் நூற்றாண்டின் முக்கிய மான சிந்தனையாளர்களான பெர்ட்ரண்ட் ரஸ்ஸல், லுத்விக் விட்ஜென்ஸ்டீன், மார்டின் ஹைடக்கர், சோம்ஸ்கி போன்றவர்கள் மொழியின் மீதான கவனத்தை மேற்கொண்டார்கள்.

'எது அர்த்தமுள்ள சிந்தனையை அனுமதிக்கிறது?'

மொழி?'

இந்தக் கேள்வி பலரையும் சிந்திக்க வைத்தது. கருத்தின் சாதனம் மொழி. மொழி என்ற சாதனம் நம்பத்தகுந்ததுதானா?அதைச் சோதித்துப் பார்த்தால் என்ன?

ஸ்விஸ் நாட்டு மொழியியல் அறிஞரான பெர்டினாண்ட் சசூர் என்பவர் ஒரு முக்கியமான கண்டுபிடிப்பை நிகழ்த்தினார். அது இதுவரை இந்த உலகம் கொண்டிருந்த மொழிக் கொள்கைகளைக் குப்புறக் கவிழ்த்துப் போட்டது.

மொழி என்ற பெயரால் நம் வாய் எழுப்பும் ஒலிகளுக்கும், அந்த ஒலிகளுக்கான அர்த்தத்துக்கும் சம்பந்தமில்லை. அதாவது, புலி என்ற வாய்மொழிச் சத்தத்துக்கும், புலி என்ற பிராணிக்கும் தொடர்பும் இல்லை. அதே போல் புலி என்ற கருத்துக்கும் புலி என்ற சொல்லுக்கும் எவ்விதத் தொடர்பும் இல்லை. போக்குவரத்து 'சிக்னல்' விளக்குகளில் சிவப்பு, பச்சை, மஞ்சள் போன்ற வர்ணங்களை நாம் எப்படிப் பயன்படுத்துகிறோமோ அதே

போல்தான் நாம் மொழியைப் பயன்படுத்துகிறோம். தனிப்பட்ட முறையில் அந்த வர்ணங்களுக்கு அர்த்தம் ஏதும் இல்லை. சிவப்பு என்ற வர்ணத்துக்கு 'நில்' என்றோ, பச்சை வர்ணத்துக்குச் 'செல்' என்றோ அர்த்தம் இல்லை. ஆனால், இந்த மூன்று வண்ணங ்களும் வரிசையாக வைக்கப்பட்டு ஒன்றை ஒன்று சார்ந்து நிற்கும் போதுதான் இந்த அர்த்தங்கள் பொருள்படுத்திக் கொள்ளப் படுகின்றன.

இந்த வண்ணங்களுக்குப் பதிலாக ஆரஞ்ச், வெள்ளை, ஊதா போன்ற வண்ணங்களைப் பயன்படுத்தினால்கூட அவையும் இதே அர்த்தங்களைக் கொடுக்கும். எனவே, அர்த்தம் என்பது சார்புநிலை கொண்டது.

மொழி என்பது ஓர் அமைப்பு. அது சிந்தனையின் வெளிப்பாடே. ஆனால் அந்தச் சிந்தனையை அது முழுவதுமாக வெளிப் படுத்துகிறதா என்பது முக்கியமான கேள்வி.

தவிரவும், மொழி என்பது இரட்டை எதிர் நிலைகளால் ஆனது. அதற்குக் காரணம் மனித மனம் இரட்டை எதிர்நிலைகளால் இயங்கும் தன்மை வாய்ந்தது.

பேச்சு x மௌனம்

குளிர் x வெப்பம்

இருட்டு x வெளிச்சம்

எனவே, சிந்தனை என்பது இரட்டை எதிர் நிலைகளால் ஆனது. இதில் மனிதன் x இயற்கை என்ற இரட்டை எதிர்நிலை முக்கியமானது. தனிமனிதன் தன்னைப் பற்றியும், தனது சமூகத்தைப் பற்றியும் சிந்திப்பது போலவே தன்னைச் சுற்றிலும் இருக்கும் இயற்கையைப் பற்றியும் சிந்திக்கிறான். அவன் மனம் இயற்கையை ஆகுபெயர்களாலும் உருவகங்களாலும் சிந்திக்கிறது. சூரியக் கடவுள், நதியன்னை, கன்னி நிலம் என்றெல்லாம் சிந்திக்கிறான்.

மனம் தர்க்கரீதியாக இயங்கி இயற்கையை நகல் செய்து தனக்குத் தோதாகப் பயன்படுத்திக்கொள்கிறது. பாலைவனங்களில் பச்சை நிறத்தையே பார்க்க முடியாது. எங்காவது பாலைவனச் சோலை இருந்தால்தான் உண்டு. இதனால்தான் பாலைவனங்களில் சதா அலைய நேரும் அராபிய இனக்குழுக்கள் தங்கள் கொடியைப்

பச்சைநிறத்தில் வைத்திருக்கிறார்கள். பசுமையின் மேல் தோன்றும் ஏக்கம் ஒரு லட்சிய நிறமாக உருமாறுகிறது. இயற்கையில் உள்ள தாவரப் பச்சையை மனம் கொடியின் பச்சை நிறமாக நகல் செய்துகொள்கிறது.

எனவே, இயற்கையில் எதற்கும் அர்த்தம் என்று எதுவும் இல்லை. எல்லா அர்த்தங்களும் பொருள்படுத்தப்படுபவையே. அர்த்தம் என்பது அமைப்பு சார்ந்தது. மொழி என்பது ஓர் அமைப்பு.

ஆக, மொழி, பிரதிகள், சமூக அமைப்பு போன்ற எல்லாம் சேர்ந்த ஓர் அமைப்பில், அதிலுள்ள ஒவ்வொரு தனிப்பட்ட பகுதிக்கும் ஒன்றை ஒன்று சார்ந்து பார்க்கும் போதுதான் அர்த்தம் பிறக்கிறது என்பதை சசூர் கண்டறிந்தார். அந்தக் கோட்பாடு அமைப்பியல் என்று அழைக்கப்படுகிறது.

பின்னாளில் பின்நவீனத்துவத்தை ஓர் இயக்கமாக ஆக்கிய தெரிதா, ரொலாண் பார்த், மிஷல் ஃபூக்கோ, ஜூலியா கிறிஸ்தேவா ஆகியோர் அமைப்பியலைக் கேள்விக்குள்ளாக்கிய போது இன்னொரு புதிய கோட்பாடு பிறந்தது.

அதன் பெயர் பின்அமைப்பியல்.

12

அமைப்பியலின் மேல் கேள்விகளை அடுக்கியவர்கள் அமைப்பியல் வாதிகளாக இருந்தவர்கள்தாம். எனவே, அமைப்பியலின் மேல் அவர்கள் எழுப்பிய கேள்விகளை சுயவிமர்சனம் என்றும் சொல்லலாம்.

தொல்காப்பியம் முதல் உலகிலுள்ள அனைத்து மொழி இலக்கணங்களும் ஒரு சொல்லும் அதற்கான பொருளும் நிலையானவை என்று நம்பின. சொல்லுடன் அதற்கான பொருளையும் இணைத்து ஒரு கயிற்றால் கட்டிவைத்தன. அதன் அடிப்படையில் அமைப்பியம் இயங்கியது.

சொல்லையும் அதன் அர்த்தத்தையும் குறித்துக் காலங்கள் தோறும் மக்கள் சிந்தித்தே வந்திருக்கின்றனர். மரபும் சரி, நவீனத்துவமும் சரி இது குறித்து நிறையவே யோசித்திருக்கின்றன.

சொல்லினால் தொடர்ச்சி நீ சொலப்படும் பொருளும் நீ
சொல்லினால் சொலப்படாது தோன்றுகின்ற சோதி நீ
சொல்லினால் படைக்க நீ படைக்க வந்து தோன்றினார்
சொல்லினால் சுருங்க நீ நின் குணங்கள் சொல்ல வல்லரே

என்று சொல்லையும் பொருளையும் குறித்து நாலாயிர திவ்யப் பிரபந்தம் பேசுகிறது.

'அர்த்தம் என்பது சொல்லப்பட்ட சொற்களையும், அந்தச் சொற்கள் சொல்லப்பட்ட சூழ்நிலையையும் ஒட்டிப் பொருள்

கொள்ளப்படும்' என்பது நவீனத்துவ சிந்தனை. வடமொழியோ சொல்லையும் பொருளையும் பற்றிப் பேசும் போது, 'பதார்த்தம்' (சொல்) 'பதார்த்த குணம்' (பொருள்) என்று பேசுகிறது.

நகுலனைப் போன்ற நவீனத்துவ இலக்கியவாதிகள், 'கலையில் அர்த்தத்தைக் காண்பது அர்த்தமற்ற செய்கை' என்று தங்கள் தலைக்குப் பின்னால் ஒளிவட்டம் சுழல உபதேசிப்பதுண்டு. பின்பு கொஞ்சம் குழம்பி, 'உருவம் உருவாகிற அளவுக்கே இங்கு அர்த்தம் உருவாகிறது' என்று விளக்கம் சொல்வதும் உண்டு. அமெரிக்கக் கவிஞரான எமிலி டிக்கின்ஸன், 'சொல்லற்ற சாகரத்தின் சின்னம்' குறித்து ஆத்ம விசாரப்படுகிறார். இத்தகைய சூழலில்தான் அமைப்பியம் வந்து குதித்துத் தன் பாய்ச்சலை நிகழ்த்தியது.

அமைப்பியம் என்பது யதார்த்த அறிவை உணர்த்தும் கோட்பாடு ஆகும். நம்மைச் சுற்றி இருக்கும் நடப்பியல் உலகு எவ்விதம் நமது உணர்வின் பகுதியாக மாறுகிறது; எவ்விதம் அர்த்தப்படுத்திக் கொள்ளப்படுகிறது என்பது குறித்துப் பேசுகிறது. மேலும் மொழி என்பது குறியியல் பிரிவைச் சேர்ந்தது என்கிறது அமைப்பியல். இந்தக் குறிகளே பொருள்களின் அர்த்தங்களை நிறுவுகின்றன. பொதுவாக அமைப்பு என்பது உருவத்தைக் குறிக்கும். ஆனால், அமைப்பியம் சொல்லும் அமைப்பு உருவ மற்றது. உருவமற்ற இந்த மொழி என்ற அமைப்பு இரண்டு விதமான தன்மைகளால் ஆனது. ஒன்று: குறிப்பான். இரண்டு: குறிப்பீடு.

நம் சிந்தனையில் தோன்றும் 'புலி' என்ற சிந்தனை குறிப்பான் ஆகும். அந்தச் சிந்தனையைச் சொல்லாக மொழிபெயர்க்கும் போது கிடைக்கும் சொல்லான 'புலி' என்பது குறிப்பீடு ஆகும். புலி என்ற குறிப்பானுக்கு ஒவ்வொரு மொழியிலும் வேறு வேறான குறிப்பீடுகள் உள்ளன. எடுத்துக்காட்டாக, புலி என்ற குறிப்பானுக்கு இந்தியில் 'ஷேர்' என்றும் ஆங்கிலத்தில் 'tiger' என்றும் குறிப்பீடுகள் உள்ளன. இந்தக் குறிப்பீடுகளின் தொகுதியே மொழி என்று அழைக்கப்படுகிறது. அமைப்பியம் சொல்லையும் அதற்கான பொருளையும் சேர்த்து வைத்தே பார்த்தது. அந்த நிலவரத்தை வைத்தே மொழியின் மீதான விசாரணையை மேற்கொண்டது.

பின்அமைப்பியம்தான் சொல்லையும், அதன் பொருளையும் ஒன்று சேர்த்துக் கட்டிவைத்த கயிற்றை அறுத்து எறிந்தது.

சொல்லும் அதற்கான அர்த்தமும் நகமும் சதையும் போன்று ஒன்றொடொன்று சதா இணைந்திருப்பது அல்ல. மாறாக அது நகக்கண்ணையும் வளரும் நகத்தையும் போன்றது. வெட்டிப் பிரிக்க முடியும். வெட்ட வெட்டத் துளிர்க்கவும் செய்யும். அர்த்தம் நிலையற்றது. ஒவ்வொரு சொல்லும் தனது அர்த்தத்துக்காக இன்னும் பல சொற்களை எதிர்பார்த்துக் காத்துக்கொண்டிருக்கிறது.

வந்து சேரும் புதிய சொற்களும் இன்னும் பல புதிய சொற்களைக் கோரி நிற்கின்றன. அகராதியைத் திறந்து பார்த்தால், 'படி' என்ற ஒற்றைச் சொல்லுக்குப் *படித்தல், படிக்கட்டு, படிப்படியாக, படியச்செய்தல்* போன்ற பல அர்த்தங்கள் கிடைக்கின்றன. இந்தச் சொற்களைத் தனித்தனியே பார்க்கும் போது இவையும் இன்னும் பல புதிய சொற்களை அர்த்தங்களாக முன்வைக்கின்றன.

மொழியைப் பற்றி மட்டுமே பேசிய அமைப்பியல் அந்த மொழியைப் பயன்படுத்தும் மனிதனைப் பற்றிப் பேசவில்லை என்பது கவனத்துக்குரியது. மொழி என்பது தனித்த பொருள் அல்ல. அது பயன்பாட்டுக்குரியது. அதைப் பயன்படுத்த மனிதன் தேவை. அந்த மனிதனுக்கு ஒரு சுயம் உண்டு. ஆக, மொழியைப் பயன்படுத்தும் மனிதனின் 'சுயம்' அதாவது, 'நான்' பற்றி அமைப்பியல் என்ன சொல்கிறது?

ஒன்றும் சொல்லவில்லை.

குறிப்பானையும் குறிப்பீட்டையும் பயன்படுத்துபவன் மனிதன். அவற்றைக்கொண்டு வாக்கியங்களை உருவாக்கிப் பேசவும், எழுதவும் செய்பவன் அவனே. குறிப்பான்களையும் அதன் விளைவான குறிப்பீடுகளையும் வைத்துக்கொண்டு வாக்கியங்களை உருவாக்குமாறு அவனைத் தூண்டுவது எது? அது அவனது தனிப்பட்ட சிந்தனையே அல்லாமல் வேறென்ன? இதைப் பற்றி அமைப்பியல் சொல்லும் சேதி என்ன?

ஒன்றும் இல்லை.

சரி. மொழி என்பது ஒரு தனித்த நிகழ்வல்ல. அது இருவர் சம்பந்தப்பட்டது.

பேசுபவன் x கேட்பவன்
எழுதுபவன் x வாசிப்பவன்

பேசுபவன் பேசும் ஒரு வார்த்தையைக் கேட்பவன் வேறு மாதிரி புரிந்துகொள்ளக்கூடும். அதே போல், எழுதுபவன் எழுதும் ஒரு வார்த்தையைப் படிப்பவன் வேறு விதமாகப் புரிந்துகொள்ள முடியும். எனவே, அமைப்பியல் சொல்லும் குறிகளின் அர்த்தம் என்பது குறிப்பீடுகளில் இல்லை. பொருள் படுத்திக்கொள்வதில் தான் இருக்கிறது. அந்தப் பொருள் படுத்திக்கொள்ளும் அர்த்தம் கூட நிலையானதல்ல. சதா மாறிக்கொண்டே இருக்கிறது.

இந்தச் சூழ்நிலையைப் பின்அமைப்பியல்வாதியான லக்கான் கீழ்வருமாறு விளக்குகிறார். சசூரின் 'குறிப்பான்' > 'குறிப்பீடு' > 'அர்த்தம்' என்ற சொல் இணைகளை நனவிலிக் கொள்கையின் அடிப்படையில் அவர் விளக்குகிறார்.

S/s

மேற்கண்ட சமன்பாட்டில் S என்ற ஆங்கில எழுத்து இரண்டு விதமாக அமைக்கப்பட்டுள்ளது. பெரிய S மேலேயும், சிறிய s கீழேயும் உள்ளன. இடையே இருக்கும் ஒரு சிறு கோடு இவற்றைப் பிரிக்கிறது.

இந்தச் சமன்பாட்டில் அமைப்பியல்வாதியான சசூர் சொல்வது போல் குறிப்பானும் அர்த்தமும் ஒன்றல்ல என்பது இங்கே நிரூபணமாகி இருக்கிறது. அர்த்தம் நழுவி கீழே போய்விட்டது.

குறிப்பான் கண்ணுக்குப் புலப்படுகிறது. ஆனால், அது தரும் அர்த்தம்தான் நிலையற்றதாக இருக்கிறது. அர்த்தத்தைவிட (சிறிய எழுத்து) குறிப்பான் (பெரிய எழுத்து) திடமானது.

இது அமைப்பியலுக்கு எதிரான கொள்கையாகும்.

மிஷல் ஃபூக்கோ சொல்லாடலை மனித மூளையின் முக்கியமான செயல்பாடாக முன்வைத்தார். சொல்லாடல் என்பது வெறும் பிரதி அல்ல. அது அர்த்தப்படுத்திக் கொள்ளப்படவேண்டிய சொற்கடல் என்றார் ஃபூக்கோ. இதுவும் அமைப்பியலுக்கு எதிரான கருத்தே. இப்படி அமைப்பியம் என்ற கோட்பாட்டைப் பின்அமைப்பியம் ஓர் அனுமானமாக மாற்றிப் போட்டுக் கொண்டிருந்த போது, ஒரு கலாசாரப் பேரலை விரைந்து வந்துகொண்டிருந்ததை யாரும்

கவனிக்கவில்லை. அது தன் கண்ணில் பட்ட அனைத்தையும் கொட்டிக் கவிழ்த்தது. இதுவரை அறியப்பட்டிருந்த அனைத்துக் கோட்பாடுகளும் அனுமானங்களே என்பதை உலகின் கண்முன் உயர்த்திப் பிடித்தது.

அதன் பெயர் பின்நவீனத்துவம்.

13

சில ஆண்டுகளுக்கு முன் ஒரு சுவாரஸ்யமான நிகழ்ச்சி நடந்தது. ஒரு பிரபலமான வெகுசனப் பத்திரிகையில் இந்தக் கேள்வி-பதில் இடம் பெற்றிருந்தது.

கேள்வி: பின்நவீனத்துவம் என்றால் என்ன?

பதில்: பின்நவீனத்துவத்தை விளக்க போஸ்ட் ஸ்ட்ரக்சுரலிசம், சிமியாடிக்ஸ் இவற்றை முதலில் விளக்க வேண்டும். மேம்போக் கான கேள்வி பதிலில் இது சாத்தியமில்லை. தனிக் கட்டுரையாக எழுத யோசித்திருக்கிறேன். ஓர் அறிமுகமாக பின்வரும் கூற்றை மட்டும் இப்போதைக்கு யோசித்துப் பாருங்கள்...

உலகில் எல்லாமே சமிக்ஞைகள் (சைகைகள்) தான். அதாவது குறி (சைன்ஸ்), குறியியல் (செமியோடிக்ஸ்) என்னும் துறை, சமிக்ஞைகளின் செய்திகளை ஆராய்கிறது. உதாரணமாக, நீங்கள் ஒரு காதில் கடுக்கன் அணிந்திருந்தால் ஒரு செய்தி சொல்கிறீர்கள். இரண்டு காதில் என்றால் வேறு ஒரு செய்தி. டை கட்டியிருந்தால் ஒரு செய்தி. காலர் திறந்திருந்தால் வேறு செய்தி. காவி, வெள்ளை, பச்சை வண்ணங்களுக்கெல்லாம் தனித்தனியான செய்திகள் உள்ளன. மூன்றும் சேர்ந்தால் வேறு செய்தி. தேசியக்கொடி. தேசபக்தி, தியாகம் போன்ற இதர செய்திகள் அதிலிருந்து கிளைக்கின்றன.

உலகில் அனைத்துமே சமிக்ஞைகள்தாம். மானிடவியல், இலக்கியம், சமூகவியல் எல்லாவற்றிலும் இந்த மாதிரியான சமிக்ஞைகள் தரும் செய்திகளை அலசுகிறார்கள். இதை டி கன்ஸ்ட்ரக்ஷன் என்பார்கள். பொதிந்துள்ள செய்திகளை அறிதல். இந்த பதிலை நான் எழுதுவதில் உள்ள செய்திகளைக் கவனியுங்கள். எனக்கு விஷயம் தெரியும் என்கிற மிதப்பும், உனக்குத் தெரிகிறதா என்கிற சவாலும் இதன் செய்திகள் அல்லவா!

மேற்கண்ட கேள்வி-பதிலைப் பிரசுரித்த வெகுசன வார இதழ் ஆனந்தவிகடன். பதில் அளித்தவர் பிரபல எழுத்தாளரான சுஜாதா.

ஒரு வெகுசனப் பத்திரிகையில், ஒரு பிரபல எழுத்தாளர் பின்நவீனத்துவம் பற்றி எழுத விரும்புகிறார்; அதற்கு அந்த இதழும் இடம் தருகிறது என்றால் என்ன அர்த்தம். பின்நவீனத்துவமும் 'போணி'யாகக் கூடிய சரக்காக மாறிவிட்டது என்பதுதானே பொருள்.

மேற்கண்ட பதிலில் சுஜாதா கொஞ்சம் சரியாகவும் கொஞ்சம் தப்பாகவும் சொல்லியிருக்கிறார். சமிக்ஞைகள் பற்றி அவர் சொன்னது சரி. பிறகு அவர் சொல்லும் குறி, குறியியல், *டிகன்ஸ்ட்ரசன்* என்று அடுக்கும்போது அமைப்பியல், பின்அமைப்பியல், பின்நவீனத்துவம் என்று எல்லாவற்றையும் கலந்து கட்டி—அவர் பாஷையில் சொல்வதாக இருந்தால்—ஜல்லி அடித்திருக்கிறார்.

ஜெர்மானிய தத்துவஞானம், ஆங்கிலேய அரசியல் பொருளாதாரம், ஃபிரெஞ்சு சோஷலிஸம் ஆகிய முப்பெரும் சிந்தனைகளின் கூட்டிணைவால் ஆனது மார்க்ஸியம். அதே போல் ழாக் தெரிதா, மிஷல் ஃபூக்கோ, ரொலாண் பார்த், ழாக் லக்கான், ஜூலியா கிறிஸ்தேவா, தெலூஸ்-கத்தாரி போன்றோரின் சிந்தனைகளின் விளைவே பின்நவீனத்துவம்.

கடந்த இருபத்தைந்து ஆண்டுகளுக்கும் மேலாக பின்நவீனத்துவம் என்ற சொல்லாடல் புழக்கத்தில் இருந்து வருகிறது. மேலே, மேற்கோள் காட்டப்பட்ட சுஜாதாவின் பதிலைப் போல ஒவ்வொரு மேற்கோள் காட்டலின் போதும் மாறுபட்டுக் கொண்டே இருக்கிறது. இவற்றில் எதுதான் பின்நவீனத்துவம் என்ற குழப்பத்தை வாசகனுக்குத் தந்தபடியே இருக்கிறது.

பின்நவீனத்துவத்தை ஒரு யானையுடன் ஒப்பிடலாம். அதன் காதைத் தொட்டுப் பார்த்துவிட்டு, யானை முறத்தைப் போல் இருக்கிறது என்று அ. மார்க்ஸ், ரவிகுமார் போன்றோர் புரிந்து கொள்கின்றனர். அதன் வயிற்றைத் தொட்டுப் பார்த்துவிட்டு யானை சுவரைப் போல் இருக்கிறது என்பது சாரு நிவேதிதா போன்றோர் வாதிடுகின்றனர். யானையின் வாலைத் தொட்டுப் பார்த்துவிட்டு யானை கயிறு போலத்தான் இருக்கிறது என்று கோணங்கி போன்றோர் சாதிக்கின்றனர். யானை ஒரு நீண்ட ரப்பர் குழாய் போன்றது என்பது ரமேஷ்-பிரேமின் வாதம். யானையின் தும்பிக்கையைத் தொட்டுத் தடவிப் பார்த்த பிறகு அவர்கள் எடுத்திருக்கும் முடிவு இது.

பின்நவீனத்துவம் என்பது அரசியல் நிலைப்பாடு என்பது அ. மார்க்ஸ் போன்றோரின் நிலைப்பாடு. ஆனால் அது மட்டுமே பின்நவீனத்துவம் அல்ல. அதுவும் ஒரு கூறு மட்டுமே. பின் நவீனத்துவம் என்பது நவீனத்துவம் போதிக்கும் ஒழுக்கம், கட்டுப்பாடுகளை மீறுவதுதான் என்பது சாரு நிவேதிதாவின் கொள்கை. இந்தக் கொள்கையை எதிர் நவீனத்துவம் என்றுதான் சொல்லலாமே தவிர பின்நவீனத்துவம் என்று கதைக்க முடியாது. ஒழுக்கம், கட்டுப்பாடுகளை மீற விரும்பும் சாரு நிவேதிதா நித்யானந்தாவுடன் சேர்ந்தது சரியே. அதே சமயம் நித்யானந்தாவின் ஒழுக்க மீறலை அவர் எதிர்ப்பது ஏன் என்பது தெரியவில்லை. *ஜீரோ டிகிரி* போன்ற அவருடைய நாவல்களில் அவர் எழுதிய விஷயங்களைத்தானே நித்யானந்தா செய்தார். அதை சாரு கொண்டாடி இருக்க வேண்டும். ஜோதியில் ஐக்கியமாகி இருக்க வேண்டும். அதை அவர் ஏன் செய்யவில்லை என்பது பின் நவீனத்துவப் (?) புதிர்களில் ஒன்று. கோணங்கி போன்றோர் புரியாத மொழியில் எழுதி வாசகனை பயமுறுத்துகிறார்கள். பின்நவீனத்துவம் எழுத்தாளனுக்கு கட்டுத் தளைகளில் இருந்து விடுதலை தருகிறது. புரியும் விதமாகவும் எழுதலாம். புரியாத படியும் எழுதலாம். அது ஆசிரியனின் சுதந்திரம். இந்த அடிப்படையில் பார்த்தால் கோணங்கி எழுதுவதைப் பின்நவீன எழுத்தாக அங்கீகரிக்க முடியும். அதே சமயம் பின்நவீனத்துவம் வாசிப்பு ஜனநாயகத்தைக் கோருகிறது. வாசிப்பு இன்பத்தைக் கோருகிறது. அந்த அளவுகோளின்படி பார்த்தால் கோணங்கியின் பிரதியை பின்நவீனப்பிரதியாக ஏற்க முடியாது.

ஆக, தத்துவம், கலை-இலக்கியம், அரசியல், மானிடவியல், கட்டடக்கலை, இசை, திரைப்படம் என்று இதெல்லாமும் சேர்ந்ததுதான் பின்நவீனத்துவம். பின்நவீனத்துவம் என்பதை ஒருவிதமாக ஒற்றைத்தன்மை கொண்டதாக வகைப்படுத்தி, அவரவர் தேர்வுக்கு ஏற்ப அதை ஒரு சட்டகத்துக்குள் போட்டு அடைக்கும் போது இது போன்ற அபத்தங்கள் நேர்கின்றன.

சரி, நவீனத்துவத்தின் கதை என்ன?

நவீனத்துவம் 1890ஆம் ஆண்டு தோன்றியது. இதுவரை வரலாற்றில் ஒவ்வோரு காலகட்டத்திலும் நிகழ்ந்த புரட்சிகளை

எல்லாம்விட நவீனத்துவம் என்று அழைக்கப்படும் காலகட்டத்தில் நடந்தவை மகத்தானவை. வான்கோவும் பிக்காஸ்ஸோவும் ஓவியத்தில் நிகழ்த்தியது ஒரு பாய்ச்சல் என்றால், காஃப்காவும் ஜேம்ஸ் ஜாய்ஸூம் இலக்கியத்தில் நிகழ்த்தியது இன்னொரு விதமான பாய்ச்சல். ஃபிரெஞ்சு எழுத்தாளரான ஆந்திரே மால்ரோ, 'நவீனத்துவக் காலம் என்பது கற்பனாவாதத்தின் அருங்காட்சியகம்' என்கிறார்.

நவீனத்துவ அனுபவம் என்பது புதிரானது அல்ல. அது தெருக்களில், வீடுகளில், தொழிற்சாலைகளில் தரிசிக்கப்பட்டது. நவீனத்துவ வாழ்க்கை இது என்றால், நவீனத்துவ கலையோ கோபத்தையும் எரிச்சலையும் ஏற்படுத்துவதாக இருந்தது. தற்போது பின்நவீனத்துவம் எதிர்கொள்ளும் வரவேற்பையும், எதிர்ப்பையும் நவீனத்துவமும் சந்தித்தது. பின்நவீனத்துவத்தைப் போலவே, நவீனத்துவமும் தனது காலத்தில் வசீகரமானதாகவும், ஒடுக்கப்பட்டதாகவும் இருந்தது.

நவீனத்துவம் ஒருபுறம் அங்கீகரிக்கப்பட்ட புத்தகங்களை உற்பத்தி செய்தது. மறுபுறம் ரகசியமாகப் படிக்கப்பட வேண்டிய புத்தகங்களையும் உருவாக்கியது. பகிரங்கமாகப் படிக்க வேண்டிய புத்தகங்கள், ஒளித்துவைத்துப் படிக்க வேண்டிய புத்தகங்கள், தடைசெய்யப்பட வேண்டிய புத்தகங்கள், எரிக்கப்பட வேண்டிய புத்தகங்கள் என்று பலவிதமான புத்தகங்கள் நவீன யுகத்தில் உருவாயின என்பது குறிப்பிடத்தக்க செய்தி.

நவீன யுகத்தில்தான் தொழிற்புரட்சி தோன்றியது. அதன் விளைவாக தொழிற்சாலைகள் தோன்றின. இன்னொருபுறம் தொழிலாளர் வர்க்கம் தோன்றியது. தொழிற்புரட்சி தோன்றிய இடம் ஐரோப்பா என்பதால் ஐரோப்பா செழித்து வளர்ந்தது. உலகின் இதர நாடுகளைத் தன் கட்டுப்பாட்டில் கொண்டு வரும் அளவுக்கு அது அசுர வளர்ச்சி அடைந்தது. உலகச் சந்தையின் தேவையின் பெரும் பகுதியை ஃபிரான்ஸூம் ஜெர்மனியும் பகிர்ந்து கொண்டன. நவீனத்துவம் போட்ட குட்டிதான் முதலாளித்துவம். அதுவொரு பூதமாக வளர்ந்தது. முதலாளி- தொழிலாளி என்ற இரு புதிய வர்க்கங்களைத் தோற்றுவித்தது. சந்தைகள் பெருகின. போட்டிகள் வலுத்தன. பணக்காரர்கள் மேலும் மேலும்

பணக்காரர்கள் ஆனார்கள். ஏழைகள் மேலும் மேலும் ஏழைகள் ஆனார்கள். ஏழைகளின் பெருக்கம் சேரிகளை உருவாக்கியது. ஐரோப்பா இரு அணிகளாகப் பிரிந்தது. ஃபிரான்ஸூம் ரஷ்யாவும் ஓர் அணியிலும் இதர நாடுகள் வேறு அணியிலும் சேர்ந்துகொண்டன. இந்தச் சூழல் ஓர் உலகப் போரை நோக்கி நகர்த்தியது. சராசரி மனிதனின் மனத்தில் சுயப் பிரக்ஞை, தன்னம்பிக்கை, துணிவு போன்ற உணர்வுகள் சிதைந்தன. பதற்றம், பயம், அற்புதங்கள் மீதான நம்பிக்கை, குற்ற உணர்வு என்று பல விதமான உணர்வுகள் தோன்றின. இந்த உணர்வுகள் தாம் அந்தக் காலத்திய கலை-இலக்கியங்களில் பிரதி பலித்தன.

பொதுவாக, நவீனத்துவம் என்று சொல்லப்படுவது பதினெட்டாம் நூற்றாண்டில் ஐரோப்பாவில் கால்கொண்ட அறிவொளி மரபு இயக்கத்தைக் குறிக்கும். வளர்ச்சி, நன்னம்பிக்கை, பகுத்தறிவு, பூரண அறிவைத்தேடும் முயற்சி, உண்மையான சுயத்தை அறியும் ஞானம் என்பன அறிவொளி மரபின் சிந்தனைகளின் நீட்சியே.

அறிவொளி மரபின் செயல்திட்டமே நவீனத்துவத்தின் செயல் திட்டமும் ஆகும்.

நவீனத்துவம் ஒருபுறம் மனித உரிமைகளைக் கொண்டாடி, ஃபிரெஞ்சுப் புரட்சிக்கு வித்திட்டது. அமெரிக்க ஜனநாயகம், ரஷ்யக் கம்யூனிசம் போன்ற கொள்கைகளை நடைமுறைக்குக் கொண்டுவந்தது. ஒருபுறம் ஜனநாயகம் பேசியது. மறுபுறம் வெட்கமின்றி பிற நாடுகளைக் காலனியாதிக்கத்துக்கு உட்படுத்தியது. ஒருபுறம் மனித உரிமைகளைப் பேசியபடியே, மறுபுறம் போராளிகளைச் சிறையில் அடைத்துச் சித்திரவதைச் செய்தது.

இதன் விளைவாகவே, நவீன யுகம் தனது மதிப்பீடுகளைத் தொலைத்த யுகமாகிவிட்டது. இதனால், ஜனநாயகம், பாராளு மன்றம், சுதந்திரம், நீதிமன்றம் போன்ற சொற்கள் அர்த்தம் அற்ற வெற்று வார்த்தைகளாக மாறிவிட்டன.

சோர்வு, அவநம்பிக்கை, பகுத்தறிவின் மீதான அலுப்பு, பூரண அறிவின் மீதான நம்பிக்கை இழப்பு போன்றவை பக்கவிளைவுகளாகத் தோன்றிவிட்டன.

எனவேதான் பின்நவீன சிந்தனையாளர்கள் நவீன யுகத்தின் போதாமை குறித்து மட்டுமல்ல; இதற்கு முந்தைய இரண்டாயிரம் ஆண்டு காலமாகக் கால் பரப்பி நின்ற எல்லா மதிப்பீடுகள் குறித்தும் சந்தேகம் எழுப்புகிறார்கள். ஏற்னெவே சொல்லப்பட்ட கருத்துகளைப் புரட்டிப் போடுகிறார்கள்.

அதனால்தான், 'உன்னையே நீ அறிவாய்' என்று சாக்ரட்டீஸ் சொன்னதை 'உன்னையே நீ தகர்த்துக்கொள்வாய்' என்று மாற்றிப் போடு கிறார்கள்.

நவீனத்துவ யுகத்துக்கு முந்தைய யுகத்தைச் சேர்ந்த ஷேக்ஸ்பியர் 'உலகமே நாடக மேடை; நாம் அனைவரும் நடிகர்கள்' என்றார். அதற்குப் பின் வந்த நவீன யுகத்தைச் சேர்ந்த சார்த்தரோ, 'உலகம் ஒரு நாடக மேடைதான். நாம் அனைவரும் நடிகர்கள்தான். நாம் அனைவரும் தர தர என்று மேடைக்கு அழைத்து வரப்பட்ட நடிகர்கள். நமக்கான வசனத்தை நமக்காக எழுதித் தர யாருமே இல்லை. சொல்லித் தரவும் ஆள் இல்லை. நமக்கான வசனத்தை நாமேதான் பேசிக்கொள்ளவேண்டும். நாம் சுதந்திரமாக இருக்குமாறு சபிக்கப்பட்டவர்கள்' என்றார். நவீன யுகத்துக்குப் பின் வந்த பின்நவீனவாதியான மிஷல் ஃபூக்கோவோ, 'நாம் சுதந்திரமானவர்கள் அல்ல. அதிகாரத்தின் நுண் அரசியலால் அடக்கி ஆளப்படுபவர்கள். நாம் வகிக்க வேண்டிய பாத்திரங்களை அதிகாரம் நிர்ணயிக்கிறது' என்றார்.

இது போல காலங்கள் தோறும் பழைய அலையைப் புதிய அலை புரட்டிப் போடுவது போல பழைய சிந்தனையைப் புதிய சிந்தனை புரட்டிப் போட்டபடியே இருக்கிறது. ஒவ்வொரு தடவையும் அனைத்துக் கோட்பாடுகளும் அனுமானங்களே என்று உரத்துப் பேசுகிறது.

14

ஒரு காலத்தில் மொழியை வகுக்க மொழியியல் என்ற துறை உருவானது. சசூரின் அமைப்பியல் மூலம் குறிப்பான் = குறிப்பீடு என்ற கருத்தாக்கம் பிறந்தது. பிறகு பின்நவீனத்துவத்தின் வருகைக்குப் பின் மொழிக்கென ஒரு புதிய துறை தோன்றியது. அதன் பெயர் குறியியல்.

மொழியியல் (லிங்குஸ்டிக்ஸ்) என்பது மொழியின் மீதான ஆய்வை முன்வைக்கிறது என்றால், குறியியல் (செமியோடிக்ஸ்) என்பது மொழியை ஒரு குறியாக, குறியின் தொகுதியாகப் பார்க்கிறது எனலாம்.

மொழியியல் என்பது மொழியின் வடிவம், அர்த்தம், மொழி பிரயோகிக்கப்படும் சூழ்நிலை ஆகியவை குறித்துப் பேசுகிறது. குறியியலோ மொழியைக் 'குறி'யாக (சைன்) அதாவது சமிக்ஞையாகப் பார்க்கிறது. குறி என்ற சொல் இலக்கு, அடையாளம், சமிக்ஞை, பிறப்புறுப்பு போன்ற பல அர்த்தங்களை உள்ளடக்கிக் கொண்டு இருப்பதால் குறி சொல் குழப்பம் தரக்கூடும். எனவே, குறி என்பதற்கு சைகை என்ற சொல்லை நாம் பயன்படுத்திக் கொள்ளலாம்.

மொழி எவ்விதம் செயல்படுகிறது?

மொழி ஒரு சைகையைப் போலவே செயல்படுகிறது.

நாம் நமது வலது கையை உயர்த்தி உள்ளங்கை வெளித் தெரியுமாறு காட்டுகிறோம் என்று வைத்துக் கொள்ளலாம். அந்தச் சைகைக்குப் பல பொருள்கள் கொள்ள முடியும்.

'நில்', 'பொறு', 'நானிருக்க பயமேன், இஸ்லாமிய மதச் சின்னம், என்று பலவிதமாகப் பொருள்படுத்திக்கொள்ள முடியும். அதே போல் நாம் நமது கையை உயர்த்தி இட வலமாக அசைத்துக்

காட்டினால், அதற்கு ஒன்றுக்கு மேற்பட்ட அர்த்தங்கள் உண்டு. அந்த சைகையை 'வேண்டாம்', என்றோ 'டாட்டா, பை பை, என்றோ பொருள் படுத்திக்கொள்ள முடியும்.

மொழியும் அப்படித்தான். மொழியின் ஒவ்வொரு சொல்லும் ஒரு சைகையே. ஒவ்வொரு சைகைக்கும் ஒன்றுக்கு மேற்பட்ட பொருள் உண்டு. சொற்கள், டிராஃபிக் சிக்னல் விளக்குகள், கதை, கவிதை, சமய இலக்கியங்கள் எல்லாமே சைகைகள்தாம். எல்லாமே ஒன்றுக்கு மேற்பட்ட அர்த்தம் கொண்டவையே.

சசூரின் 'சைகை' கோட்பாடு அதன் குறைகள் களையப்பட்டு பின்அமைப்பியலாக உருப்பெற்றது.

பின்அமைப்பியல்வாதிகளில் ஒருவரும், ஃபிரெஞ்சு சிந்தனையாளருமான தெரிதா, இது வரை எழுதப்பட்ட மேற்கத்திய தத்துவ நூல்களைப் படித்துப் பார்த்து அதில் ஒளிந்திருக்கும் 'சைகை'களைக் கண்டறிந்தார். அவருடைய பாணிக்கு 'கட்டவிழ்ப்பு' (டிகன்ஸ்ட்ரக்சன்) என்று பெயர். 'ஒரு பிரதி மொழியால் ஆனது. மொழி என்பதோ குறிகளாலும், சமூக-பண்பாட்டுப் பிம்பங்களாலும் கட்டமைக்கப்பட்டது. இதைத் தாண்டி ஒரு பிரதிக்கு வெளியே தூய அறிவு, தனித்த சிந்தனை என்று எதுவும் இல்லை' என்றார் அவர்.

ஒரு பிரதியில், 'கதவைத் திற; காற்று வரட்டும்' என்று எழுதி இருக்கிறது என்று வைத்துக்கொள்வோம். இந்த வாக்கியத்தைக் கட்டவிழ்த்து அதில் பொதிந்து இருக்கும் 'சைகை' என்ன என்று பார்ப்போம்.

இந்த வாக்கியத்தில் இருக்கும் நேரான பொருள் இதுதான். 'நாம் இருக்கும் இடத்தில் ஒரே புழுக்கமாக இருக்கிறது; கதவைத் திறந்தால் வெளியில் இருந்து காற்று வரும். புழுக்கம் இல்லாமல் இருக்கும்' என்பதே.

இதே வரிகளை ஓர் எழுத்தாளன் எழுதி இருந்து அதை ஒரு சர்வாதிகாரி படிக்க நேர்ந்தால் தன்னுடைய ஆட்சியில் சுதந்திரம் இல்லை என்பதால் சுதந்திரக் காற்றைப் பெறுவதற்காகக் கதவைத் திற—அதாவது புரட்சி செய்—என்று அந்த ஆசிரியர் 'சைகை' காட்டுவதாகப் புரிந்துகொள்வான்.

ஒரு வாசகர், அயல் மொழிக்கதைகளை மொழிபெயர்ப்பு என்ற ஜன்னல் 'கதவைத் திறந்து' வைப்பதன் மூலம், புதிய 'காற்றாக' புத்திலக்கியம் வந்துசேரும் என்று ஒரு 'சைகை'யைக் கண்டறிவார்.

விவாதத்தின் போது பல புதிய கருத்துகளை வரவேற்க வேண்டும். அப்போதுதான் ஒரு நல்ல முடிவை அடைய முடியும். எனவே, புதிய கருத்துகளுக்கான மனக்கதவைத் திறந்துவைக்க வேண்டும் என்பதாக ஒரு சிந்தனையாளன் புரிந்துகொள்ளக்கூடும்.

இதுதான் தெரிதாவின் கட்டவிழ்ப்புச் சிந்தனை.

கட்டவிழ்ப்பு செய்யப்பட்ட அந்தச் சிந்தனையின் பெயர் என்ன?

அதற்கு உரையாடல் என்று பெயரிடுகிறார், இன்னொரு பின்நவீனத்துவ வாதியான மிஷெல் ஃபூக்கோ. அந்த உரையாடலை நிகழ்த்துவது அதிகாரம். 'அதிகாரம் தனது உரையாடலை நிகழ்த்துகிறது. அதிகாரம் என்பது அறிவு என்ற அமைப்பின் செயல் பாட்டால் வருவது. அது சமூக ரீதியாக முறைமைப்படுத்தப் பட்டிருப்பதால், அது சட்டமாகவும், சட்டத்தை அமல்படுத்தும் நிறுவனமாகவும் மாறிவிடுகிறது' என்பது ஃபூக்கோவின் சிந்தனை.

நான் என்பது எனது சுயம். எனது சுயம் இயல்பானது என்று எனக்குப்படுகிறது. உண்மையில் எனது சுயம் என்பது அதிகாரத்தால் கட்டமைக்கப்பட்டு என் மேல் திணிக்கப்பட்டிருக்கிறது. அதிகாரம் என்னை 'நீ ஓர் அரசு ஊழியன்'; 'நீ ஒரு போலீஸ்காரன்'; 'நீ ஒரு சாஃப்ட்வேர் எஞ்சினீயர்' என்றெல்லாம் என் மேல் தனது கட்டளை களைப் பிறப்பித்து என்னுடைய சுயத்தைக் கட்டமைக்கிறது. என்னுடைய சுயம் இயல்பில் கவிஞனாக இருப்பது என்று நான் விரும்பினால், அது அதிகாரம் சம்மதித்தால் மட்டுமே சாத்தியமாகும்.

இதைத்தான் ஃபூக்கோ 'சுயமான முழு மனிதன் என்று யாரும் இல்லை. அதற்கான சாத்தியமும் இல்லை. அதிகாரம் சதா அவனது சுயத்தை முறைப்படுத்திக்கொண்டே இருக்கிறது' என்கிறார்.

அதிகாரம் இரண்டு நுனிகள் கொண்டது. ஒன்று செலுத்தப்படும் நுனி. இன்னொன்று: பெறும் நுனி. இரண்டு நுனிகளிலும் இருப்பவர் களை அதிகாரம் முறைமைப்படுத்திக்கொண்டே இருக்கிறது.

எடுத்துக்காட்டாக, முன்பு மு. கருணாநிதி அதிகாரத்தைச் செலுத்தும் நுனியில் இருந்தார். தற்போது பெறும் நுனிக்கு வந்திருக்கிறார். முன்பு அதிகாரத்தைப் பெறும் நுனியில் இருந்த ஜெயலலிதா இப்போது செலுத்தும் நுனிக்கு வந்திருக்கிறார். இவர்கள் இருவரது சுயங்களும் கட்டமைக்கப்பட்டவையே. சதா முறைமைப்படுத்தப்படுபவையே. இவர்கள் மீண்டும் தங்கள் நுனிகளை மாற்றிக்கொள்ளும் நிலைமை வரலாம். இது ஒரு விளையாட்டு. அதிகாரத்தின் விளையாட்டு. அதிகாரத்தின் விருப்புறுதியால் நேரும் விளையாட்டு. நாம் அனைவரும் இந்த விளையாட்டின் பகடைக்காய்கள்.

அது சரி, எனது சுயம் என்பது எனக்குள் இருக்கிறது. அப்படித் தானே?

அதுதான் இல்லை, என்கிறார் இன்னொரு பின்நவீனவாதியான ழாக் லக்கான்.

'எனது சுயம் என்பது எனக்குள் இல்லை; எனக்கு வெளியே இருக்கிறது' என்று அறிவித்ததன் மூலம் சுயத்தைப் பற்றிய மரபார்ந்த கருத்தியல்களை ரத்து செய்தார் லக்கான்.

ஒரு மனிதனின் சுயம் எப்படி உருவாகிறது?

'ஒரு மனிதனின் சுயம் என்பது அவனது ஆழ்நிலை மனத்திலேயே இயல்பிலேயே அமைந்திருக்கிறது. ஆதியில் முழுமையாக இருக்கும் அவனது சுயம்—அதாவது ஈகோ (ego)—அன்றாடப் பிரச்சினைகளில் சிக்குண்டு பல துண்டுகளாக உடைந்துவிடுகிறது' என்பது உளவியலின் தந்தை என்று போற்றப்படும் சிக்முண்ட் ஃபிராய்டின் கோட்பாடு.

இந்தக் கோட்பாட்டை லக்கான் ரத்து செய்தார்.

'முழுமையான ஈகோ என்று எதுவும் இல்லை. ஈகோ உருவாகும் போதே துண்டு துண்டாகத்தான் உருவாகிறது. பிறக்கும் போது ஒரு குழந்தையின் மனம் எழுதப்படாத ஒரு வெற்றுக் காகிதம் போலத்தான் வெற்றிடமாக இருக்கும். அதற்கு ஆறுமாதம் ஆகும் போதுதான் முதன் முதலாகத் தன் தோற்றத்தைக் கண்ணாடியில் பார்க்கும்போதுதான் அந்த பிம்பம் தான்தான்—அதுதான் தன் சுயம்—என்பதைக் கண்டுகொள்கிறது.'

அதன் பிறகு குழந்தை வளர வளர அதனுடைய சுயத்தை வெளியிலிருந்து பெறப்படும் கருத்துகள் கட்டமைக்கின்றன.

'என்ன சமத்துக் குழந்தை'

'அப்பா மாதிரியே கெட்டிக்காரன்'

'அம்மா மாதிரியே அழகு'

என்றெல்லாம் தொடர்ந்து அந்தக் குழந்தையின் காதுகளில் விழும் சொற்களால் அதைப்பற்றிய பிம்பம் கட்டமைக்கப்படுகிறது. இவ்விதமாக சுயம் என்பது துண்டு துண்டாக உருவாகிறது. சுயம் துண்டாடப்பட்டதே என்பது லக்கானின் கொள்கை.

ஃபிராய்ட் தனது உலகப் புகழ்பெற்ற கொள்கையான மனம் (ஈகோ), ஆழ்மனம் (இட்), மீ-மனம் (சூப்பர் ஈகோ) என்ற கோட்பாட்டை முன்வைத்தார். இந்த மூன்று மனங்களால் ஆனதுதான் மனித மனம் என்றார் அவர். ஆழ் மனம் தகாத ஆசைகளைத் தூண்டுகிறது. அப்போது மீ மனம் அதைக் கண்டித்து அதன் தகாத ஆசைகளை அடக்கி வைக்கிறது. இதனால்தான் சராசரி மனம் இயல்பாக இருக்க முடிகிறது.

லக்கான் இதற்கு மாற்றாகத் தன்னுடைய கொள்கையை முன் வைத்தார். படிமம் > குறியீடு > யதார்த்தம் என்பதே அது.

நான் தண்ணீர் குடிக்க வேண்டும் என்று நினைக்கிறேன். அது படிமம். அதை வாய்மொழியாகத் தண்ணீர் வேண்டும் என்று கேட்கிறேன். கேட்ட உடன் தண்ணீர் வருகிறதா இல்லையா என்று பார்க்கிறேன். இப்போது தண்ணீரைவிட அது உடனே வருகிறதா இல்லையா என்பது தலையாய பிரச்சினை ஆகி விடுகிறது. இதில் தண்ணீர் என்று நான் மனத்தில் நினைத்தது படிமம். மனத்தில் இருந்த தண்ணீர் என்ற படிமம் தண்ணீர் என்ற சொல்லாக மாறி தண்ணீருக்கான குறியீடாக மாறுகிறது. பின்பு தண்ணீர் வருகிறதா இல்லையா என்று எதிர்பார்க்கும் போது, அது தாகம் என்பதைத் தாண்டி வேறொரு பிரச்சினையாக மாறி விடுகிறது. அதையொட்டி உளவியல் பிரச்சினைகள் தோன்றுகின்றன. இதுதான் மனித மனம் இயங்கும் விதம் என்றார் லக்கான்.

விரைவிலேயே உளவியலில் சிக்முண்ட் ஃபிராய்டிய பள்ளிக்குப் போட்டியாக லக்கானியப் பள்ளி தோன்றியது.

ஃபிராய்டுடன் முரண்பட்ட போதிலும் ஃபிராய்டின் அடிப்படைக் கொள்கையான *ஈடிபஸ் சிக்கல்* என்ற கோட்பாட்டில் லக்கான் முரண்படவில்லை. அதை ஏற்றுக்கொண்டார். அதன்படி உளவியல் அடிப்படை என்பது ஆணின் மனம் சார்ந்ததாக இருந்தது. இந்தத் தவறைக் கண்டுபிடிக்க ஒரு பெண் உளவியலாளர் வந்து சேர்ந்தார். அவர் பெயர் ஜூலியா கிறிஸ்தேவா. இதுவரை வழக்கில் இருந்துகொண்டிருக்கும் உளவியல் ஆணாதிக்கம் சார்ந்த உளவியலே. பெண்களுக்கான உளவியல் இனிமேல்தான் கண்டுபிடிக்கப்பட வேண்டும் என்று அவர் அறிவித்த போது உலகம் மலைத்தது. பெண்ணியம் சார்ந்த உளவியல், ஊடிழைப் பிரதி, பெண்மொழி போன்ற பல சொல்லாடல்களை அவர் உருவாக்கப் போகும் அதிசயம் அப்போது யாருக்கும் தெரிந்திருக்கவில்லை.

15

உளவியலின் தந்தை என்று கருதப்படும் சிக்முண்ட் ஃபிராய்ட் இருபதாம் நூற்றாண்டின் இணையற்ற சிந்தனையாளர்களில் ஒருவர். கார்ல் மார்க்ஸ், சார்லஸ் டார்வின், ஐன்ஸ்டீன் போன்றோருக்கு இணையாக வைத்துப் போற்றப்படுபவர். குழந்தைமை, ஆளுமை, நினைவாற்றல், பாலியல், சிகிச்சை முறை போன்ற சொற்களுக்குப் புதிய அர்த்தங்களை உருவாக்கிக் காட்டியவர். 'காமத்தின் மூலம் கடவுள்' என்ற கோட்பாட்டை ஓஷோ முன்வைப்பதற்கு சில பத்தாண்டுகளுக்கு முன்னமே 'காமத்தின் மூலம் உளவியல்' என்ற கோட்பாட்டை முன்வைத்தவர்.

ஃபிராய்ட் முதன் முதலில் 'இணங்கவைக்கும் கோட்பாடு' (*செடக்சன் தியரி*) என்ற கோட்பாட்டைக் கண்டறிந்தார். அதன்படி 'மனப்பிறழ்வு ஏற்படும் ஒவ்வொரு மனிதனும், தான் குழந்தையாக இருந்தபோது பாலியல் ரீதியாக ஒரு பெரிய மனிதரால் காமத்துக்கு இணங்க வைக்கப்பட்டு, அதனால் உள்ளம் பாதிக்கப்பட்டு அந்த பாதிப்பின் விளைவாக உளவியல் நெருக்கடிக்கு ஆளாகி, அதன் விளைவாக மனநலம் பாதிக்கப்பட்டவர்களே.' இதற்கு ஆதாரமாகப் பல மனப்பிறழ்வு நோயாளிகளை ஆய்வு செய்து தக்க ஆதாரங்களைத் திரட்டினார். இந்தக் கோட்பாடு பெரும் சர்ச்சையைக் கிளப்பியது. பெரும் எதிர்ப்புக்குள்ளானது. அரசும், அரசு சார்ந்த மேல்தட்டு சமூகமும் அதிருப்தி தெரிவித்தது. மேல்தட்டு வர்க்கத்தின் அதிருப்திக்குப் பயந்த ஃபிராய்ட், உடனே தனது நிலையிலிருந்து பின்வாங்கினார். சட்டென்று தனது புதிய கோட்பாட்டை முன்வைத்தார். அதன்படி, உளவியலின் அடிப்படை காமமே என்று அறிவித்தார். 'கால்பந்தாட்டத்தில் இரண்டு கம்பங்களுக்கு நடுவில் பந்தை உதைத்து கோல் போடுவதாக இருந்தாலும் சரி, தலைவன் மேல் தொண்டன் செலுத்தும் வீர வழிபாடாக இருந்தாலும் சரி எல்லாமே காம விழைவின் வெளிபாடே' என்றார் ஃபிராய்ட்.

ஒரு குழந்தை பிறந்த சில மாதங்களிலேயே அதன் காம உணர்வுகள் தோற்றம் கொள்ள ஆரம்பிக்கின்றன என்பது அவருடைய வாதம். ஒரு குழந்தை தன் தாயின் மார்புக் காம்புகளைச் சுவைப்பது, தனது பிறப்புறுப்பைத் தொட்டுப் பார்த்தல், மலஜலம் கழித்தல் போன்ற அனுபவங்களில் சுகம் அனுபவிக்கிறது. இந்த இன்பங்கள் காம அனுபவத்தின் ஆரம்பநிலைகளே என்கிறார் ஃபிராய்ட்.

ஒரு பிறந்த குழந்தைக்கும் இந்த உலகத்துக்கும் இடையே இருக்கும் முதல் தொடர்பு தாயின் மார்பகம் மட்டுமே. குழந்தையின் தாய் என்பது தாயின் மார்பகம்தான். பின்னர்தான் அது தனது தாயின் முகம், உடல், தாயின் வாசனை போன்ற இதர அம்சங் களை உணர்ந்துகொள்கிறது. தாயின் மேல் காதல் கொள்கிறது. இந்தக் காதலை ஃபிராய்ட் 'ஈடிபஸ் காம்ப்ளக்ஸ்' என்று அழைக்கிறார்.

கிரேக்க நாடக ஆசிரியரான சோபாக்ளிஸ் ஒரு புகழ்பெற்ற நாடகத்தை எழுதினார். அதன் பெயர் 'மன்னன் ஈடிபஸ்.' அந்நிய நாட்டின் மேல் படையெடுத்துச் செல்லும் மன்னன் ஈடிபஸ் அந்த நாட்டு மன்னனைக் கொன்று அவன் மனைவியை மணந்து கொள்கிறான். பின்புதான் தெரிகிறது; அவனால் கொல்லப்பட்ட மன்னன் ஈடிபஸின் தந்தை. அவனால் மணந்துகொள்ளப்பட்ட அரசி அவனது தாய். இப்படிப்பட்ட நெருக்கடியான சூழலில் ஈடிபஸ் மன்னன் சிக்கிக்கொள்வதை அந்தக் கதை பேசுகிறது. இந்த நெருக்கடி ஓர் உளவியல் நெருக்கடி. இதையே ஃபிராய்ட் தமது முதன்மைப் பிரச்சினையாகப் பார்க்கிறார்; ஒரு முக்கியமான உளவியல் கோட்பாடாகக் கட்டமைக்கிறார்.

ஆண்குழந்தை தன் தாயை மிகவும் நேசிக்கிறது. அதேபோல் தாயும் தன்னை மட்டுமே நேசிக்க வேண்டும் என்றும் விரும்புகிறது. ஆனால், அதற்கு இடையூறு வருகிறது; இன்னொரு போட்டி யாளனின் மூலம். குழந்தைக்கும் அந்தப் போட்டியாளனுக்கும் இடையே கடும்போட்டி நிலவுகிறது. தன் தாயின் அன்பைப் பெற முயலும் போட்டியாளனான தந்தை என்ற ஆணைத் தனது வில்லனாகப் பார்க்கிறது. அந்த நபரை வெறுக்கிறது.

ஒரு குழந்தையின் மூன்று வயது முதல் ஐந்து வயது வரை யிலான காலத்தை இந்த ஈடிபஸ் சிக்கலுக்கான காலக்கட்டமாக

சிக்முண்ட் ஃபிராய்ட் வரையறுக்கிறார். ஓர் ஆண் குழந்தை தனது பால்ய பருவத்தை வெற்றிகரமாகக் கடந்து செல்ல வேண்டுமானால், அது ஈடிபஸ் சிக்கல் பருவத்தைக் கடந்து சென்றாக வேண்டும் என்பது ஃபிராய்டியக் கோட்பாடு.

ஃபிராய்டுக்குப் பின்வந்த இன்னொரு முக்கியமான உளவிய லாளரான லக்கான் ஃபிராய்டின் கோட்பாட்டை அனுமானமாக்கிக் காட்டினார். ஆனாலும், ஃபிராய்டின் ஈடிபஸ் சிக்கல் என்ற கோட்பாட்டை அவர் மறுக்கவில்லை.

ஃபிராய்டுக்கும் லக்கானுக்கும் பின்வந்த ஜூலியா கிறிஸ்தேவா அவர்கள் இருவரையும் நிராகரித்தார்.

ஃபிராய்டும் சரி லக்கானும் சரி பிறந்த ஆண்குழந்தையின் உளவியல் பற்றி மட்டுமே பேசுகிறார்கள். அந்த ஆண் குழந்தையின் ஈடிபஸ் சிக்கல் பற்றி மட்டுமே விவாதிக்கிறார்கள். பெண் குழந்தைகளும்தான் பிறக்கின்றன. அவற்றின் நிலை என்ன என்ற கேள்வியை கிறிஸ்தேவா எழுப்பினார். இதற்கு உளவியல் துறை பதில் சொல்ல முடியாமல் விழித்தது.

‘பெண்கள் மாறுதலை எதிர்க்கிறார்கள்; எதிர்ப்படும் பிரச்சினை களுக்கு செயலற்றவர்களாகத் தங்களை ஒப்புக் கொடுக்கிறார்கள். அவர்கள் தங்களை மேன்மைப் படுத்திக் கொள்வதில்லை’ என்று 1925இல் ஃபிராய்ட் ஒரு கட்டுரையில் எழுதினார். மேலும், இன்னொரு சூழ்நிலையில், ‘ஒரு பெண்ணின் மனதில் என்ன் இருக்கிறது என்றே புரிந்துகொள்ள முடியவில்லை’ என்றும் கூறினார். இதன் மூலம் அவர்தான் ஓர் ஆணாதிக்க சிந்தனையாளராக கவனிக்கப்பட்டார்.

லக்கானோ இன்னும் ஒரு படி மேலே போய், ‘உளவியலில் பெண் என்பதே இல்லை’ (woman does not exist) என்று கூறி அனைவரையும் திடுக்கிடவைத்தார்.

இத்தகைய சூழ்நிலையில் கிறிஸ்தேவாவின் வருகை முக்கியத்துவம் வாய்ந்ததாக இருந்தது.

பல்கேரியாவில் பிறந்து ஃபிரான்ஸுக்குப் புலம்பெயர்ந்து போன இளம் பெண்ணான ஜூலியா கிறிஸ்தேவா இரண்டு விதமான வெறுப்புகளுக்கு ஆளானார். ஒன்று: அந்நிய தேசத்தவர்

என்றாலே ஃபிரெஞ்சுக்காரர்கள் காட்டும் வெறுப்பு. இரண்டு: பெண்கள் என்றாலே ஃபிரெஞ்சுக்காரர்கள் வெளிப்படுத்தும் ஆணாதிக்க வெறுப்பு. இந்த இரண்டையும் கடந்து கிறிஸ்தேவா இந்த நூற்றாண்டின் மிக முக்கியமான ஆளுமையாக உருவானது தற்செயலான நிகழ்வு அல்ல. சிமோன் தெ புவா, ஹெலன் சிசு, லியூஸ் இரிகாரே போன்ற மிகவும் முக்கியமான பெண்ணிய வாதிகளில் ஒருவராக கிறிஸ்தேவா மதிப்பிடப்படுகிறார். நவீன பெண்ணியத்தைக் கடந்து பின்நவீனப் பெண்ணியத்தை வடிவமைத்தவராக அவர் கொண்டாடப்படுகிறார்.

கிறிஸ்தேவா ஒருபோதும் தன்னைப் பெண்ணியவாதியாகக் காட்டிக்கொள்ள விரும்பியதில்லை. எனினும், இவரை ஒதுக்கி விட்டு எந்தப் பெண்ணியவாதியும் தனது ஆய்வை ஆரம்பிக்க முடியாது.

கிறிஸ்தேவா உடல் குறித்து எழுப்பிய கேள்விகள் முக்கிய மானவை. பெண், பெண்மை, பெண்தன்மை என்றெல்லாம் பெண்ணின் உடல் தனியே வைத்துப் பார்க்கப்படுகிறது. இது ஆண் மையவாதம் பெண் உடல்மீது ஆதிக்கம் செலுத்த நிறுவப்பட்ட அரசியல். பெண்ணை பலவீனமாகப் பார்க்கும் அரசியல் இது. மனம், உடல், கலாசாரம், இயற்கை, பொருள், பிரதி நிதித்துவம் போன்றவை குறித்துக் கிறிஸ்தேவா எழுதிக் குவித்திருக்கும் ஆயிரக்கணக்கான பக்கங்கள் விரிவும் ஆழமும் மிக்கவை.

ஃபிராய்டும் லக்கானும் வளர்த்தெடுத்த உளவியல் பகுப்பாய்வை (சைக்கோ அனாலைசிஸ்) குறியியல் சார்ந்த பகுப்பாய்வாக மாற்றியமைத்தவர் கிறிஸ்தேவா. இதன் மூலம் நவீன உளவியல் பின்நவீன உளவியலாக மாறியது.

ஈடிபஸ் சிக்கலைப் பற்றிப் பேசும் போது கிறிஸ்தேவா பின் வருமாறு கூறினார்:

'ஓர் ஆண்குழந்தை ஈடிபஸ் சிக்கலில் ஈடுபடுவது இருக்கட்டும். பெண்குழந்தையின் நிலை என்ன? ஒரு பெண்குழந்தை தன்னைத் தன் தாயோடு அடையாளப்படுத்திக்கொண்டு பார்க்கும் போது, இந்த ஆணாதிக்க சமூகத்தில் தன் தாய் விளிம்புநிலைக்குத் தள்ளப்பட்டிருப்பது கண்டு, தன்னையும் விளிம்புநிலைக்குத்

தள்ளப்பட்டதாக உணர்வாள். அல்லது அவள் தன்னைத் தனது தந்தையுடன் அடையாளப்படுத்திப் பார்க்கும் போது, தான் விளிம்புநிலையில் இருப்பதாக உணர்வதில்லை. இது ஓர் ஊசலாட்டம். இந்த ஊசலாட்டம் அபாயகரமானது. இது பெண்ணை ஒன்று தற்கொலை செய்துகொள்ளத் தூண்டும். அல்லது மனப்பிறழ்வுக்கு உள்ளாக்கும். எனவே, ஒரு பெண் இந்த ஊசலாட்டத்திலிருந்து வெளியேற வேண்டும்.'

கிறிஸ்தேவா பெண்ணியம், பெண்ணியம் சார்ந்த உளவியலை வளர்த்தெடுத்தார். ஃபிராய்டிய, லக்கானிய ஆணாதிக்க உளவியல் கோட்பாடுகளைக் கலகலக்க வைத்தார்.

பின்நவீனத்துவம் எல்லாவற்றின் மேலும் கேள்விகளை எழுப்புகிறது. அப்படிப்பட்ட பின்நவீனத்துவத்தின் மேல் கேள்விகளை எழுப்பியவர்களும் உண்டு என்பது சுவையான நிகழ்ச்சி ஆகும்.

'பின்நவீனத்துவம் கேள்விகளை எழுப்புகிறதே தவிர, அதற்கான பதில்களைச் சொல்வதில்லை. அதனுடைய ஒரு சார்புத்தனம் ஒரு முட்டுச் சந்தைப் போன்றது. ஒரு மையத்தைத் தகர்த்துவிட்டு விளிம்பு நிலையில் இருக்கும் வேறு ஒன்றை ஏன் முன்னிறுத்த வேண்டும்?' என்பது டேவிட் ஹார்வி, டெரி ஈகிள்டன் போன்றோர் முன்வைக்கும் கேள்வி.

'பின்நவீனத்துவம் என்பது அரசியல் ரீதியாகப் பார்க்கும் போது நபும்சகத்தன்மையுடன் இருக்கிறது' என்பது ஃபிரடரிக் ஜேம்சனின் வாதம்.

பின்நவீனத்துவத்தை ஒரு கோட்பாடாகப் பார்க்கும் போது மேற்சொன்ன குற்றசாட்டுகள் எழவே செய்யும். அது கோட்பாடு அல்ல; ஒரு பகுப்பாய்வு முறை மட்டுமே என்று பார்க்கும் போது மேற்சொன்ன குற்றச்சாட்டுகளுக்கு இடமில்லாமல் போகும் என்பது வேறு விஷயம்.

இப்படித்தான் காலங்கள்தோறும் அனுமானங்கள் தோன்று கின்றன. பின்னர் அவை கோட்பாடுகளாக வடிவம் எடுக்கின்றன. வேறு ஒரு புதிய அனுமானம் தோன்றும் போது பழைய கோட்பாடு மீண்டும் அனுமானமாகவே மாறிவிடுகிறது. இன்னொரு புதிய

கோட்பாடு வரும் வரை பழைய கோட்பாடு ஆட்சி செய்கிறது. கடலில் பழைய அலை தாழ்ந்ததும் புதிய அலை எழுவது போல்.

இது எதனால்?

இதுதான் இயற்கை நியதி.

இதற்குக் காரணம்தான் என்ன?

'கருத்துகள் துண்டாடப்படுபவை; முரண்படுபவை. தொடர்ச்சி அற்றவை. எனவே, எல்லாவற்றுக்கும் பொருந்துகிற மாதிரியான அனைத்துக்குமான கோட்பாடு என்று ஒன்றை நிறுவ முயல்வது சந்தேகத்துக்கிடமானதே' என்கிறார் தெரிதா.

உண்மைதானே?

ஜூஐ

படித்துவிட்டீர்களா?

எம். ஜி. சுரேஷ் எழுதிய

கோட்பாட்டு அறிமுக நூல்கள்

பின்நவீனத்துவம் என்றால் என்ன?

பக்கம்: *200*, விலை: ₹ 150, ISBN 978 81 7720 094 2

இஸங்கள் ஆயிரம்

பக்கம்: *248*, விலை: ₹ 220, ISBN 978 81 7720 167 3

படித்துவிட்டீர்களா?

எம்.ஜி. சுரேஷ் எழுதிய

பின்நவீனத்துவ சிந்தனையாளர் வரிசை

பால் மிஷெல் ஃபூக்கோ

பக்கம்: 64, விலை: ₹ 60, ISBN 978 81 7720 081 2

ழாக் தெரிதா

பக்கம்: 64, விலை: ₹ 60, ISBN 978 81 7720 082 9

ழாக் மேரி எமில் லக்கான்

பக்கம்: 64, விலை: ₹ 60, ISBN 978 81 7720 083 6

ரொலாண் பார்த்

பக்கம்: 64, விலை: ₹ 60, ISBN 978 81 7720 084 2

கிலே தெலூஸ்-ஃபெலிக்ஸ் கத்தாரி

பக்கம்: 64, விலை: ₹ 60, ISBN 978 81 7720 086 7